B08KQG5HHL

हव हम हैद्राबादी ।

హావ్ హామ్ హైద్రాబాదీ!

(నరేంద్ర లూథర్‌తో ఇంటర్వ్యూలు)

పున్నా కృష్ణమూర్తి

 నవచేతన పబ్లిషింగ్ హౌస్

HOV HUM HYDRABADHI

Interviews with Narendra Luther

- Punna Krishnamurthy

ప్రచురణ నెం.   :   294/20

ప్రతులు   :   1000

ప్రథమ ముద్రణ   :   మార్చి, 2018

© రచయిత   వెల: ₹ **120/-**

ప్రతులకు:

నవచేతన పబ్లిషింగ్ హౌస్

గిరిప్రసాద్ భవన్, బండ్లగూడ(నాగోల్) జి.ఎస్.ఐ. పోస్ట్
హైదరాబాద్–500068. తెలంగాణ. ఫోన్స్: 29884453/54.
E-mail: navachethanaph@gmail.com

నవచేతన బుక్ హౌస్

ఆబిడ్స్, సుల్తాన్‌బజార్, యూసఫ్‌గూడ, కూకట్‌పల్లి,
బండ్లగూడ (నాగోల్)–హైదరాబాద్. హన్మకొండ, ఖమ్మం.

ముద్రణ : నవచేతన ప్రింటింగ్ ప్రెస్, హైదరాబాద్.

ఆదాబ్

ఇందులోని వ్యాసాలను 'నరేంద్రయాన్' శీర్షికతో 2014 జూలై 27వ తేదీ నుంచి 2015 ఏప్రిల్ వరకూ వారం వారం ప్రచురించిన 'సాక్షి' దినపత్రిక యాజమాన్యానికి

ఈ శీర్షిక రూపొందేందుకు కారకులైన సిటీప్లస్ పేజెస్ ఇన్‌చార్జ్ సరికొండ చలపతిరావుకు

ప్రెజెంటేషన్ పట్ల ఆసక్తి, శ్రద్ధ చూపిన సహచర జర్నలిస్టులు నాగరాజు, నాయుడు తదితరులకు

కంపోజ్ చేయగానే చదివి మధురిమలను షేర్ చేసుకున్న అంబటి సురేంద్రరాజుకు

'మేం చదువుతున్నాం' అంటూ సంతోషం వ్యక్తం చేసిన వి.వి., ప్రెస్ ఆకాడెమీ చైర్మన్ అల్లం నారాయణ, పాశం యాదగిరి, టంకసాల అశోక్, తెలకపల్లి రవి, జి.వి. రత్నాకర్ తదితరులకు

ఫాంట్ సమస్యలను తొలగించిన టి.వేణుకు

సంబంధిత చిత్తరువుల కాపీరైట్ హోల్డర్స్‌కి

పుస్తకాన్ని ముచ్చటగా మీ ముందుకు తీసుకు వచ్చిన నవచేతన పబ్లిషింగ్ హౌస్ యాజమాన్యానికి

నరేంద్రలూథర్‌కు...

విషయసూచిక

'దస్కా' లూథా!

క్రాస్కాచెస్ టు స్కై!

శిథిలాల నుంచి శిరోభూషణంగా ఎదిగిన జీవితం ఎలాఉంటుంది?

నరేంద్రలూథర్ జీవితంలా తళుక్కుమంటుంది!

అవిభక్త బాల భారతీయునిగా, నూనూగు మీసాల పాకిస్తానీగా, శరణార్థుడైన భారతీయునిగా ఆయన జీవితం అనేకానేక మలుపులను, ఎత్తుపల్లాలను చూసింది. రచనల్లోనూ, సంభాషణల్లోనూ ఆయన నవ్వరు. సుతారంగా నవ్విస్తారు. నల్లటి మబ్బులోంచే కదా తెల్లటి మెరుపు మెరిసేది! నరేంద్రలూథర్‌తో సంభాషణ హిందుస్థానీ ఖయాల్ వింటున్నట్లుంది. ఆయన మాటల్లోనే ఆలకిద్దాం.

ఇప్పటి పాకిస్తాన్‌లోని పంజాబ్ రాష్ట్రంలో సియాల్ కోట్ జిల్లా కేంద్రం. ఈ జిల్లాలో 'దస్కా' మా పూర్వీకుల ఊరు. సంస్కృతంలో 'దశ'కు పర్షియాలో 'దహ్' సమానార్థకం. 'పది' అన్నమాట! ఈ ఊరుకు గుజ్రన్‌వాలా–సియాల్‌కోట్–పస్రూర్–వజీరాబాద్–సంబ్రియాల్ అనే పట్టణాలు పది కోసుల దూరంలో ఉంటాయి. కాబట్టి దహ్‌కోస్ అనేవారు. పంజాబీలో 'దస్‌కోస్' అనేవారు. క్రమేణా 'దస్కా' అయ్యింది. పంజాబ్‌కు ఆ పేరు రావడానికి కారణమైన పంచనదుల్లో ఒకటి చీనాబ్. ఈ నది కాలువ దస్కా సమీపంలోంచి వెళ్లేది. ఈ కాలువకు మా ఇంటి పేరుకు సంబంధం ఉంది!

ఇక్కడొక ప్రాణి గురించి చెప్పాలి. ఇంగ్లిష్‌లో ఆటర్ అంటారు. బుజ్జి కుక్కపిల్లలా ఉంటుంది. ఈ ప్రాణికి నీళ్లంటే మహా ఇష్టం. అప్పుడే పుట్టిన పిల్లను నోటితో కరచుకుని (చెవో, కాలో, వీపో) నీళ్లల్లోకి తీసుకెళు తుంది. ఆ పిల్ల గిలగిలలాడుతుంది. నీళ్లు అలవాటయ్యాక ఫ్రంట్ స్విమ్మింగ్, బ్యాక్ స్విమ్మింగ్, అండర్ వాటర్ స్విమ్మింగ్‌లాంటి టెక్నిక్‌లను నేర్పిస్తుంది. ఎప్పుడు ఏ ఆకులు అలములు తింటుందో ఏమో కాని ఎప్పుడూ నీళ్లల్లో ఈదుతుంది. ఈ ఒడ్డునుంచి ఆ ఒడ్డుకి, ఆ ఒడ్డునుంచి ఈ ఒడ్డుకి.

దస్కా గ్రామంలోని మా పూర్వీకుల్లో ఒకాయన ఈ చీనాబ్ కాలువలో ఈదేవాడు. ఇటునుంచి అటూ! అటు నుంచి ఇటూ! ఉదయం, మధ్యాహ్నం, సాయంత్రం అనే తేడా లేకుండా! ఊర్లో పిల్లలను ఆకర్షించి జలక్రీడలు నేర్పేవారు. ఆయన వాలకం చూసి ఆయన్ను 'లూథా' అన్నారు. లూథా అంటే ఆటర్ అన్నమాట! బీవర్ జాతికి చెందిన ప్రాణి. మా పూర్వీకుని నిక్ నేమ్ 'లూథా' మా తాతతండ్రులకూ, మాకూ లూథర్ గా ఇంటిపేరయ్యింది. ఇంటి పేరును బట్టి క్రిస్టియన్స్ అనుకుంటారు. మా పూర్వీకులు స్వర్ణకార వృత్తికి సంబంధించిన మధ్యతరగతి కుటుంబీకులు. ఇంటి పేరును నిలుపుకుంటూ నేను కూడా ఈత కొడుతుంటాను, ఇప్పటికీ. అఫ్ కోర్స్ : 'లూథా'లా కాదు 'లూథర్'లా!

🌱 🌱 🌱

సిమ్లా... టు సిటీ

'శ్యామలా'అనే దేవత పేరుగల ప్రాంతం 'శామ్లా' సిమ్లాగా మారిందిట! బ్రిటిష్ ప్రభుత్వానికి వేసవి రాజధాని అయిన సిమ్లాలో నాన్న ఉద్యోగం. కొండపై ప్రభుత్వ బంగళాలో నివాసం. కొండ కింద మేఘసంచారం. నూరు వంతెనల రైలు మార్గంలో ప్రయాణాలు. నీట్ సిటీ. 'ఆవుపేడ' చూడలేదు. సిమ్లాలో ఏడేళ్ల బాల్యం కలగా గడచి పోయింది.

నాన్న బదిలీల వలన 1946లో లాహోర్‌కి ఆ తర్వాత రావల్పిండికి మా నివాసాలు మారాయి. అమ్మ రామచరితమానస్ శ్రావ్యంగా చదివేది.

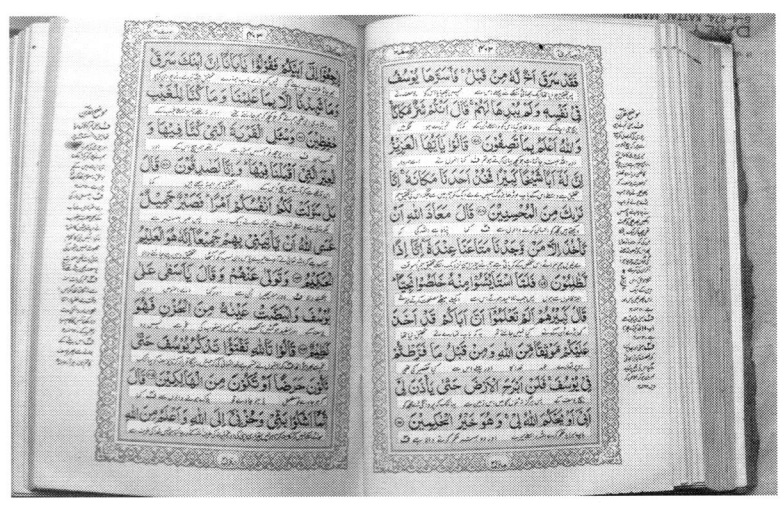

చెల్లెళ్లు సితారా వాయించేవారు. నాకు తబలా వచ్చు. మెట్రిక్యులేషన్ పరీక్ష రాశాను. రిజల్ట్స్ రాలేదు. దేశ విభజన వార్తలు వస్తున్నాయి. తుపాకుల మోతల మధ్య ఆగస్ట్ 14-15 అర్ధరాత్రి రేడియోలో నెహ్రూ ఉపన్యాసం బిక్కుబిక్కుమంటూ విన్నాం. నాన్న స్నేహితుడు ఒక ముస్లిం ఉద్యోగి, మా కుటుంబానికి మరో రెండు కుటుంబాలకు ఆశ్రయం ఇచ్చారు. బయటకు వెళ్తే ముస్లిం పేర్లు చెప్పాలి. మా తమ్ముడి పేరు అక్రమ్. నా పేరు అస్లమ్. ఇక్కడ జీవించలేరు, ఇండియా వెళ్లిపొండి అని హితైషులు చెప్పినా, పుట్టిన గడ్డను విడచేందుకు నాన్న ఇష్టపడలేదు. తర్వాత పరిణామాల రీత్యా ఇండియా వెళ్దామని అన్నారు. ఉద్యోగుల కోసం ప్రత్యేకంగా వేసిన రైలులో 14గురు కూర్చునే కంపార్ట్‌మెంట్లో 40 మందిమి 'సర్దుకున్నాం'! మూడురోజుల ప్రయాణం తర్వాత మృతుల-జీవన్మృతుల కంపార్ట్ మెంట్లతో రైలు అమృత్‌సర్ చేరింది. రైల్వే స్టేషన్‌కు ఆనుకునే తాత్కాలిక శ్మశానాలు. బాధితులకు సేవలు చేసేందుకు స్వచ్ఛందంగా యువత ముందుకు వచ్చేది. 'సంఘసేవ' చేసినందుకు గత విద్యార్హతలతో సంబంధం లేకుండా వయసును బట్టి పట్టభద్రత ఇచ్చేవారు. నేను 'మెట్రిక్యులేట్'ని! ఆగస్ట్ 15 అంటే కొందరికి స్వాతంత్ర్యం వచ్చిన రోజు. మా బోంట్లకు దేహం ఖండితమైన రోజు!

నాన్నకు హోషియార్ పూర్ జిల్లాలోని గఢ్‌శంకర్‌లో పోస్టింగ్ ఇచ్చారు. కట్టుబట్టలతో 'రేఖ'కు అటునుంచి ఇటు వచ్చినట్లు, ఇటునుంచి అటు కూడా వెళ్లిన వారూ ఉంటారు కదా! అలా ఖాళీ అయిన నివాసంలో కొన్ని గదులను మా కుటుంబానికి ఇచ్చారు. కొందరు వదిలేసిన వస్తువుల్లో కావాల్సినవి తీసుకోవలసిందిగా గ్రామ పెద్దలు చెప్పడంతో కుటుంబ ప్రతినిధిగా నేను గ్రామపంచాయతీ దగ్గర వరుసలో నిల్చున్నా. చేతిలో సంచి లేదు. ఒక మగ్గు కన్పించింది. ఆ పాత్రపై ఉర్దూలో కవిత

'మధువు తాగితాగి హృదయం భగ్గుమంటోంది'

'ఓ పాత్రధారీ, కొన్ని మంచు ముక్కలు వేసి ఉపశమనం కలిగించవా'

అని రాసి ఉంది. అక్కడి వస్తువుల్లో ఒక ఖురాన్ ప్రతి కన్పించింది. నాన్నను రావల్పిండిలో 'మహాత్మా' అని 'మౌలానా' అనీ పిలిచేవారు. ఆయన

గీతను, ఖురాన్‌ను అంత తన్మయంగా గానం చేసేవారు. నాన్న ఖురాన్ తెచ్చుకునేందుకు వీలు కాలేదు. సో, ఒక చేత్తో మగ్గూ మరో చేత్తో ఖురాన్‌తో ఇంటికి వచ్చాను. కవిత్వం నచ్చి మగ్గు తెచ్చానని హాస్యమాడారు. ఖురాన్ ఎందుకు తెచ్చావు, ఇన్ని గొడవలకు కారణం ఈ పుస్తకమేగా అని అక్క అంది. 'ఖురాన్‌ను చదివి అర్థం చేసుకున్నవారే మనకు ఆశ్రయం ఇచ్చారు. మంచి పని చేశావు' అని నాన్న మెచ్చుకున్నారు. ఆ ప్రతి ఇప్పటికీ నా వద్ద భద్రంగా ఉంది!

1953లో ఎంఏ 1954లో ఐఏఎస్ పూర్తి చేశాను. ఢిల్లీలో, వైజాగ్‌లో ఒక సంవత్సరం ట్రైనింగ్. నా తొలి పోస్టింగ్ మద్రాసు నుంచి విడిపోయిన 'ఆంధ్రరాష్ట్రం'లో. గూడూరులో. మూడు రోజుల భారీ వర్షాల వల్ల సువర్ణముఖి నదికి వచ్చిన వరదల సహాయక చర్యలతో నా ఉద్యోగ జీవితం ప్రారంభమైంది. 'మద్రాసీ' అనే భాష లేదని, 'తెలుగు' అనే భాష ఉందనీ ఇక్కడకు వచ్చాకే తెలిసింది. 1959లో రాష్ట్ర సమాచార – ప్రజాసంబంధాల శాఖ డైరెక్టర్‌గా హైద్రాబాద్ వచ్చాను. నగరం నన్ను నన్నుగా తీర్చిదిద్దింది!

బెల్లవిస్టా:
ఎన్ని అందాలు నిదురలేచాయో!

'**క్లి**యోపాత్ర ముక్కు కొంచెం పొడవుంటే ప్రపంచ చరిత్ర వేరేగా ఉండేద'ని సామెత! 1930ల నాటికి లండన్‌లో రెండు రౌండ్ టేబుల్ కాన్ఫరెన్సుల్లో పాల్గొన్న జిన్నా 'అందరికీ తెలిసిన ఎవ్వరికీ చెందని వాడు'గా పేరుతెచ్చుకున్నాడు. నిస్పృహలో ఉన్నాడు. ప్రీవ్యూ కౌన్సిల్ న్యాయవాదిగానో, హౌస్ ఆఫ్ లార్డ్స్ సభ్యుడిగానో లండన్‌లో స్థిరపడాలనుకున్నాడు. ఆ దశలో నెహ్రూ ఒక లండన్ జర్నలిస్ట్‌తో రాజకీయంగా 'జిన్నా ఫినిష్డ్' అన్నారట! జిన్నా చెవిలో ఆ మాట పడింది. జిన్నా శపథం చేశాడు! ఏమని? 'క్లియోపాత్ర ముక్కులా, జిన్నా స్వాభిమానం' ఎలాంటి చారిత్రక మార్పులను తెస్తుందో చూపిస్తాను' అని! 'జిన్నా ముక్కు కొంచెం చిన్నదైతే' నా లాంటి వేలాది పంజాబ్ ప్రజల జీవితాలు ఎలా ఉండేవో? మొత్తం మీద నేను హైద్రాబాద్ చేరాను.

హైద్రాబాద్ మా కలల నగరం! ఇక్కడికి వస్తామని కలలు కనలేదు! ఇది మామూలు నగరమా? రెండు బిలియన్ డాలర్ల స్వంత ఆస్తితో ప్రపంచంలో అత్యధిక ధనవంతుడు, ఏడవ నిజాం మీర్ ఉస్మాన్ ఆలీఖాన్ జీవించి ఉన్న నగరం! ఎర్రని ఉదయం కోసం మగ్దూం వంటి విప్లవ కవులు, కామ్రేడ్లు ఉద్యమించిన నగరం! మానాన్న వయసున్న పెద్దవారు ఇక్కడి స్త్రీల సౌందర్యాలను మార్మికంగా వర్ణించుకునే వారు! ప్రిన్సెస్ నీలోఫర్

జీవిస్తోన్న నగరం! 'నగరాల్లో వధువు'గా ఉర్దూ కవులు హైద్రాబాద్‌ను అభివర్ణించారు. 1958లో మేము ఇక్కడకు వచ్చేసరికి 'నిరుడు కురిసిన హిమసమూహములు' కరిగి పోయినా, ఆ చల్లదనం, ఆహ్లాదం ఆవిరి కాలేదు! విశాలమైన, నీటైన సిమెంట్ రోడ్లు. ఒకే అంతస్తున్న ఇళ్లు. ఎటుచూసినా పచ్చదనం. రాజ్యం పోయినా దర్పమూ, ఔదార్యమూ లోపించని రాజవంశీకులు!

'ఎయిర్ కండిషన్డ్ సిటీ'!

నగరంలో తొలకరి వర్షం ప్రతిఏటా జూన్ 7వ తేదీన పడేది. ఏ ఏడాదైనా అలా వాన కురవకపోతే, ఒకటి రెండురోజులు ఆలస్యమైతే ప్రతి హైద్రాబాదీ బాధపడేవారు. 'ప్చ్, అయ్యో, వాన కురవలేదు ఎందుకనో' అంటూ తనవల్లే వానకురవలేదా అన్నంతగా ఫీలయ్యేవారు. తొలకరితో నగరం చల్లబడేది. మరో తొమ్మిది నెలలవరకూ! కుదుపుల్లేని ప్రయాణంలా రుతువులు మెల్లమెల్లగా మారేవి. వానాకాలం నుంచి చలికాలం రావడం దుస్తుల మార్పులో స్పష్టంగా తెలిసేది. ఇక్కడి హాయైన వాతావరణం ప్రజలకు సామరస్య స్వభావాన్నిచ్చిందేమో! ఈ వాతావరణం

ఆదర్శనీయమైన గవర్నర్లనూ ఇచ్చింది! సరోజినీనాయుడు నుంచి శివశంకర్ వరకూ ఎక్కువమందిని వివిధ రాష్ట్రాలకు గవర్నర్లుగా పంపింది హైద్రాబాదే!

శతాధిక వసంతాల భవనం!

జిల్లాల్లో ట్రైనీలుగా పనిచేస్తూ శాఖాపరమైన పరీక్షలు రాసేందుకు 1956లో హైద్రాబాద్ వచ్చేవారం. రాజ్‌భవన్–పంజాగుట్ట జంక్షన్‌లో ఉన్న బెల్లావిస్టా అతిథి భవనంలో మా విడిది. బెల్లవిస్టా అనే ఇటాలియన్ పేరుకు అర్థం 'అందమైన చోటు'! ఇక్కడ ప్రస్తుతం అడ్మినిస్ట్రేటివ్ స్టాఫ్ కాలేజీ ఉంది. అతిథి గృహంలో ఫర్నిచర్, పింగాణీ, వెండి పాత్రలూ, సేవకుల వినయవిధేతలూ మమ్ములను ఆశ్చర్యానికి గురిచేసేవి. 'రాజరికం' మా అనుభవంలోకి వచ్చేది!

ఈ అందమైన చోటు శతవసంతాలు చూసింది. హైద్రాబాద్ హైకోర్టు ప్రధానన్యాయమూర్తి ముస్లిహుద్దీన్ మహమ్మద్ 1905లో బెల్లావిస్టా భవంతిని నిర్మించారు. ఆయనకు హకీముద్దౌలా బిరుదుండేది. విశాలమైన ఆ భవంతిలో రెండు అడుగుల మందం కలిగిన గోడలు తప్ప మధ్యలో ఎక్కడా స్తంభాలుండేవి కావు. 57వ ఏట ప్లేగు వ్యాధితో మరణించే వరకూ (1914) ఆయన అందులో నివసించారు. బెల్లవిస్టా కాంపౌండ్‌లోనే ఇంకో భవంతి ఉంది. ఇందులో హకీముద్దౌలా తమ్ముడు, న్యాయవాది జలాలుద్దీన్ నివసించేవాడు. 1916లో ఆయన చనిపోయిన తర్వాత వారసులు అమ్మకానికి పెట్టారు. 1917లో ఫర్నీచర్‌తో సహా 60 వేల రూపాయలకు నిజాం కొన్నాడు. కట్టుబడి మొత్తం ఖర్చు 45 వేల రూపాయలు!

రాకుమారుని 'కటకట'!

నిజాంకు ప్రధానమంత్రిగా పనిచేసిన సర్ అలీ ఇమామ్ 1919నుంచి 1922 వరకూ బెల్లవిస్టాలో నివసించారు. పక్కనే ఉన్న లేక్‌వ్యూ (ప్రస్తుతం ఎ.పి.సి.ఎం క్యాంప్ ఆఫీస్) అలీ ఇమామ్ కార్యాలయం! ఆయన హైద్రాబాద్ నుంచి వెళ్లిన తర్వాత భవంతికి మరమ్మతులు చేయించారు. సాయుధ దళాల అధిపతి, బేరార్ యువరాజు హోదాలో నిజాం పెద్దకుమారుడు అజం జా, 1922 నుంచి ఇందులో నివసించారు. బెల్లావిస్టా ముందు ఇప్పుడు విద్యుత్ కార్యాలయం ఉన్న భవంతి యువరాజుల గుర్రపుశాల!

బెల్లవిస్టాలో ఆయన నివసించినన్నాళ్లూ ఇక్కడ పగలు రాత్రి. రాత్రి పగలు. రాత్రి విందు వినోదాలు పూర్తయ్యి నిద్రలోకి జారేవేళకి సూర్యుడు ఉదయిస్తుండేవాడు!

యువరాజుకి నెలకు 25వేల రూపాయలు అలవెన్స్‌గా నిజాం ఇచ్చేవాడు. ఆయనకు అది చాలేది కాదు. వడ్డీవ్యాపారుల వద్ద ముప్పైవేలు తీసుకున్నట్లుగా సంతకాలు పెట్టి పదివేల రూపాయలు తీసుకునేవాడు. పెద్ద–చిన్న ప్రిన్స్‌లు (అజంజా–మౌజాం జా) ఇలా చేసిన అప్పుమొత్తం నాలుగున్నరకోట్ల రూపాయలుగా లెక్కతేలింది. నిజాం క్లియర్ చేశాడు. ఇక్కడ రకరకాల స్త్రీ–పురుషులుండేవారు! వారందరినీ ఖాళీచేయాల్సిందిగా ఆదేశించి వారి తాలూకూ బాకీలు లెక్కవేసేందుకు నిజాం ఒక కమిటీ వేశాడు! తండ్రి పాతికేళ్లకే పాలకుడయ్యాడు. తనకు 50 ఏళ్లు వచ్చినా ఆయన విదిల్చే 'నాలుగు కాసులకోసం' ఎదురుచూడాల్సి వస్తోందని వాపోయిన బేరార్ యువరాజు, నిజాంకు వ్యతిరేకంగా క్షుద్రపూజలు చేయించాడు! ఇవన్నీ తెలిసి నిజాం తన వారసుడిగా మనుమడు ముఖరంజాను (ప్రిన్స్) నిర్ణయించాడు. ఫలితంగా, సహజంగానే, తండ్రికొడుకుల మధ్య మాటలు లేవు! 1948లో హైద్రాబాద్ స్టేట్ ఇండియన్ యూనియన్‌లో భాగం అయ్యాక 'నిజాం సైన్యాధ్యక్షుడు', బేరార్ యువరాజు బెల్లవిస్టాను ఖాళీ చేయాల్సి వచ్చింది. అప్పటి నుంచి బెల్లవిస్టా ప్రభుత్వ అతిథి గృహం. ట్రైనీ ఆఫీసర్లుగా మేం విడిది చేసినప్పుడు అక్కడి లైబ్రరీలో అపురూప గ్రంథాలను తిరగేశాం! 'నిజాం సిబ్బంది' చెప్పే బెల్లావిస్టా కథలు ఏ పుస్తకంలోనూ ఉండేవి కావు!

దావత్‌ల దరహాసాలు!

ఆరవ కుతుబ్‌షాహీ భార్య హయత్ బక్షీబేగంను 'మా సాహెబా (అమ్మగారు)' అని నగరప్రజలు పిలుచుకునేవారు. ఆమె పేరుతో తవ్వించిన చెరువును మా సాహెబా తలాబ్ అనేవారు. చెరువు కనుమరుగై 'మాసాబ్‌ట్యాంక్' మిగిలింది! మాసాబ్‌ట్యాంక్‌లో మా సమీప బంధువు నివసించేవారు. హైద్రాబాద్ వచ్చిన కొత్తలో వారి ఇంట్లో కొన్నాళ్లు వున్నాం. పొరుగు ఇల్లు ఓ నవాబుగారిది. నిజాం పాలనలో ఉన్నతాధికారులను, వారి బంధువులను, సామాజికంగా ఉన్నత కుటుంబీకులను నవాబులుగా వ్యవహరించేవారు. నిజాం హయాం గతించినా, ఓడలు బండ్లు అయినా, నవాబులు తమ సోషల్ స్టేటస్‌ను కాపాడుకునేందుకు ప్రాధాన్యతనిచ్చేవారు.

డేట్ దేఖో! వక్త్ నహీ!

నగరం డిన్నర్ పార్టీ (దావత్)లకు పెట్టింది పేరు. నిజాం హయాంలో అధికారిక విందు కార్యక్రమాలను గుర్తు చేస్తూ 'దావత్ –ఎ–నిజాం' పార్టీలు నిర్వహించేవారు. చరిత్రలోంచి రుచికరమైన మంచి, స్వీయకరించ దదగినదే కదా! నగరంలో దావత్‌లు తరచూ జరిగేవి. తిరస్కరించకూడని గౌరవనీయుల నుంచి ఆహ్వానాలు వచ్చేవి. దావత్‌కు కారణాలు ఏమిటి? అని లోతుల్లోకి పోకూడదు. 'బహానా' (సాకు)లు ఒకోసారి చిత్రంగా వుంటాయి! మిమ్మల్ని ఎవరైనా దావత్‌కు పిలిచారనుకోండి. ఏ రోజు అని మాత్రమే గుర్తుంచుకోవాలి. ఏ సమయం అని గుర్తుంచుకోకూడదు. ఫలానా

సమయం అన్నారు కదా అని ఆ సమయానికి మీరు అక్కడికి వెళ్లారా? 'తప్పు'లో కాలేసినట్లే! నగరానికి వచ్చిన తొలిరోజుల్లో అమాయకంగా ఓ పార్టీకి వెళ్లా, చెప్పిన టైంకు! దావత్ తాలూకూ అలికిడి కన్పించలేదు! ఆహ్వానించిన పెద్దమనిషి కన్పించలేదు! 'సాబ్ నహారై' (యజమాని స్నానం చేస్తున్నారు)అన్నాడు పనిమనిషి! నేను వచ్చినది సరైన చోటికేనా, పొరపాటున మరో చోటుకి వచ్చానా? మరోచోటుకి వస్తే, వెళ్లాల్సిన చోటుకి ఇన్‌టైంలో చేరలేను కదా! వారేమనుకుంటారో? టెన్షన్ పడిపోయా! ఆదుర్దాతో సేవకుడిని వెన్యూ గురించి అడిగాను. 'మీరు రావాల్సిన చోటికే వచ్చారు! డిన్నర్‌కు రావాల్సిన వారు, సాయంత్రం టీ వేళకు వచ్చారు!' అని జాలి పడ్డాడు!

ఓ గంట తర్వాత మధువులొలకడం మొదలైంది! రాత్రి 11 గంటలైంది. నా కడుపులో సెకనుకో ఆకలి గంట మోగుతోంది. నా సైగలు, సూచనలు, నన్ను ఆహ్వానించిన వారికి అర్థం కావడం లేదు. చివరికి తెగించి అడిగేశాను. అయ్యా భోజనం పెట్టించండి అని! హోస్ట్ ఆశ్చర్యపోయారు. 'అదేంటి అప్పుడే భోజనమా? ఆహ్వానించిన వారిలో చాలామంది రానే లేదు' అన్నారు! ఆయన దయాశీలి! నా కోసం ప్రత్యేకమైన ఏర్పాటు చేశారు. వంటలు చేసే చోట ఇతర అతిథులకు కన్పించకుండా కడుపును చల్లార్చుకునే భాగ్యం కలిగించారు!

అప్పటి నుంచి నేను తెలివి తెచ్చుకున్నాను. ఏ పార్టీకి వెళ్లినా చెప్పిన టైంకు కనీసం రెండు గంటలు ఆలస్యంగా వెళ్లడం అలవాటు చేసుకున్నాను. అయినా చాలా సందర్భాల్లో నేనే 'ఎర్లీ బర్డ్'! హైద్రాబాద్ దావత్‌లకు తేదీని నిర్ధారించుకోవాలి. సమయాన్ని కాదు. ఒకోసారి తేదీ మారినా (రాత్రి 12 గంటలు దాటినా) ఫర్వాలేదు!

'బేగం' దావత్!

త్వరగా వెళ్లి త్వరగా ఇంటికి రావాలనుకున్నా, లేదా పార్టీ ముగిసేంతవరకూ ఉండి రావాలనుకున్నా, హైద్రాబాద్ పార్టీలకు ఫోంచేసి వెళ్లడం మంచిది! ఒక ఉదాహరణ చెబుతాను. నిజాంకు అత్యంత సన్నిహిత కుటుంబీకులు పైగాలు. ఆ వంశానికి చెందిన వలీ ఉద్ దౌలా నిజాంకు

ప్రధానమంత్రిగా పనిచేశారు. దివంగత వలీ ఉద్ దౌలా శ్రీమతి (బేగమ్) ఓసారి తమ స్వగృహం విలాయత్ మంజిల్ (బేగంపేటలోని ఇప్పటి కంట్రీ క్లబ్)లో డిన్నర్‌కు ఆహ్వానించారు. పిలిచారు కదా అని ఠంచనుగా టైంకు వెళితే బావుండదు కదా! కొంచె ఆలస్యంగానే వెళ్లాను. ఇది స్వీకరించండి, అది స్వీకరించండి అనే మర్యాదల నేపథ్యంలో తేలిన విషయం ఏమిటయ్యా అంటే, ఆహూతులందరిలో నేనొక్కడినే శాకాహారిని. నేను తినేందుకు ఏముంది? మళ్లీ కడుపు కాలింది!

హంబర్ హాక్ : మిరకిల్ ఆఫ్ డెమాక్రసీ!

కారు కొందరికి హోదా కొందరికి అవసరం మాసాబ్‌ట్యాంకులో మా ఇంటి పక్క నవాబుగారుండేవారని చెప్పాను కదా. ఆయన కాంపౌండ్‌లో ఒక కారుండేది. జాకీలపై నిలబెట్టిన పాతకారు! ఓ రోజు, నాలుగు టైర్లను, బ్యాటరీని కిరాయికి తెప్పించారు! నడిచేందుకు వీలుగా కారును మరమ్మతు చేయించారు! దాచుకున్న షేర్వానీ ధరించారు. దర్పంగా కూర్చుని, దర్జాగా డ్రైవ్ చేస్తూ డిన్నర్‌కు వెళ్లారు. జానపద కథలో రాకుమారిగా మారిన పేదరాలు'సిండ్రెల్లా' ఆనందాన్ని గుర్తుచేస్తూ : నవాబుగారు పార్టీనుంచి ఇంటిలోకి అడుగు పెట్టారు!

స్వంత కారును ఎవరు కోరరు? అవసరం కూడా కదా. హైద్రాబాద్ వచ్చిన తొలి నాళ్లల్లోనే కారు గురించి ప్రయత్నాలు చేశాను. ఇంగ్లండ్‌కు చెందిన రూట్స్‌గ్రూప్ తయారీ అయిన హంబర్ కారు సెకండ్ హాండ్‌లో అమ్మకానికి ఉందని తెలిసింది. రెండవ ప్రపంచయుద్ధం పూర్తయ్యాక కొద్ది మంది వీఐపీలకోసం ప్రత్యేకంగా తయారైన 1946 మోడల్ హంబర్ హాక్ కారు! ప్రపంచంలో అత్యధిక ధనవంతుడు 7వ నిజాం సర్ మీర్ ఉస్మాన్ అలీఖాన్ వాడిన కారు! ఆయన రాజ్‌ప్రముఖ్ హోదాలో వరల్డ్ రిచెస్ట్ మ్యాన్‌గా జీవించే ఉన్నారు. అంతటి మహాశయుడు వినియోగించిన కారు! మరోమాట లేకుండా చెప్పిన ధరకు (రూ. 3,200, అక్షరాలా మూడు

వేలా రెండువందల రూపాయలు) వెంటనే కొన్నాను. నా కారును స్థానికులు మహా ఆరాధనాపూర్వకంగా చూసేవారు. చూడరా మరి! నిజాం కారు కదా! ఆ కారణం అర్ధసత్యమేనని అంతకంటే మహత్తరకారణం ఉందని తర్వాత తెలిసింది!

నిజాం విప్లవం-ప్రజాస్వామ్యం

హైద్రాబాద్ చరిత్రతో బాగా పరిచయం ఉన్న వ్యక్తులు నా కారు గురించి అనేక విశేషాలు చెప్పేవారు. కొంచెం ఫ్లాష్‌బ్యాక్‌కు వెళ్దాం. నిజాంను హతం చేయాలని ఒక విప్లవ సంస్థ తీర్మానించుకుందిట! నారాయణరావ్ పవార్ అనే ఆర్యసమాజీకుడు ఇందులో సభ్యుడట. కొండాలక్ష్మణ్ బాపూజీ ఈ సంస్థకు సలహాదారుడట.

నిజాం దారుషిఫాలోని తన మాతృమూర్తి సమాధిని సందర్శించుకోవడానికి కింగ్‌కోఠీ నివాసం నుంచి రోజూ నిర్ణీత వేళకు కారులో బయలుదేరుతాడని పవార్ బృందం నిర్ధారించుకుందిట! 1947 డిసెంబర్ 4వ తేదీన నిజాం బయలుదేరిన కారుపై నారాయణరావ్ పవార్ బాంబు వేశారట! కారును ఓ ఇంట్లోకి మళ్లించిన డ్రైవర్ చాకచక్యంతో

నిజాం బతికి బట్టకట్టాడని కొందరు, కాదు, కారు గట్టిదనం వల్లేనని మరికొందరూ చెబుతుండేవారు! నారాయణరావ్ పవార్‌ను 1948 సెప్టెంబర్ 18న ఉరితీయాలని కోర్టు తీర్పునిచ్చింది. సరిగ్గా ఒక్కరోజు ముందు నిజాం భారతప్రభుత్వానికి లొంగి పోయాడు. పవార్ దీర్ఘకాలం (2010) జీవించారు. ఒక శరణార్థి నిన్నటి పాలకుడి కారుకి యజమాని కావడం 'మిరకిల్ ఆఫ్ డెమొక్రసీ' కదా!

అలా సాగనంపాను!

నా కారుకు బ్రేకులు పడేవి కాదు. అయినా, ఒక్క చిన్ని ప్రమాదమూ జరగకుండా డ్రైవ్ చేశాను. స్పేర్ పార్టులు సరిగ్గా దొరికేవి కావు. హంబర్ హాక్ సిటీలోనే కాదు స్టేట్ అంతా హాట్ టాపిక్ అయ్యింది! నా అవసరానికి ఉపయోగపడడం ముఖ్యం కదా! లాభం లేదని అమ్మకానికి పేపర్లో ప్రకటన ఇచ్చాను. నెల్లూరుకు చెందిన రామిరెడ్డి గారనే వ్యక్తికి కొన్నధరకి పైసా ఎక్కువ కాకుండా, తక్కువా కాకుండా అమ్మేశాను!

'హమ్' హమ్ హైద్రాబాదీ!

హైద్రాబాదీ షాయరీలు (కవితా గోష్టులు) ఆహ్లాదకరమైనవి. దక్కనీ భాషలో షాయరీ పాడుతోంటె ప్రేక్షకులు తెరలు తెరలుగా కడుపుబ్బ నవ్వేవారు! ఈ వాతావరణంలో పిల్లలు హైద్రాబాద్‌లోనే పుట్టి పెరుగుతున్నారు. అప్పుడప్పుడూ సకుటుంబంగా ఉత్తరాది బంధువుల దగ్గరకు వెళ్లేవారం. దేశవిభజనలో భాగంగా పంజాబ్ రెండు భాగాలైనప్పటికీ పంజాబ్ నా స్వరాష్ట్రం కదా! పంజాబ్‌లో, ఢిల్లీలో నివసించే బంధువులతో పిల్లలు మాట్లాడేప్పుడు వారి నోటి వెంట హైద్రాబాదీ పదాలు అసంకల్పితంగా వచ్చేవి. 'ఇది తీసుకో' అని ఉత్తరాది వాళ్లు అన్నారనుకోండి, 'వద్దు' అనదలచుకున్న మా పిల్లలు 'నక్కో' అనేవారు! తోటి పిల్లలు ఫక్కున నవ్వేవారు! వారి దృష్టిలో అది మోటు పదం! వద్దు అనాలంటే 'న' లేదా 'నహీ' అనాలి! ఏకీచ్ అంటే మోటు! ఏక్‌హీ అనాలి! మీరు మోటుగా మాట్లాడతారు, సంస్కారం లేదు అని పిల్లలను వెక్కిరించేవారు! నా దృష్టిలో హైద్రాబాదీలతో పోలిస్తే ఉత్తరాదివారికి సగం కూడా కల్చర్ లేదు! లేదంటే వింటారా!

'నై బోలేతో సున్తే నై'!

'వద్దంటే వినదు/వినరు' అనే అర్థం వచ్చే పై మకుటంతో దక్కనీ షాయరీ సిటీలో ప్రాచుర్యంలో ఉండేది. అందులోని అనేక చరణాల్లో కొన్ని...

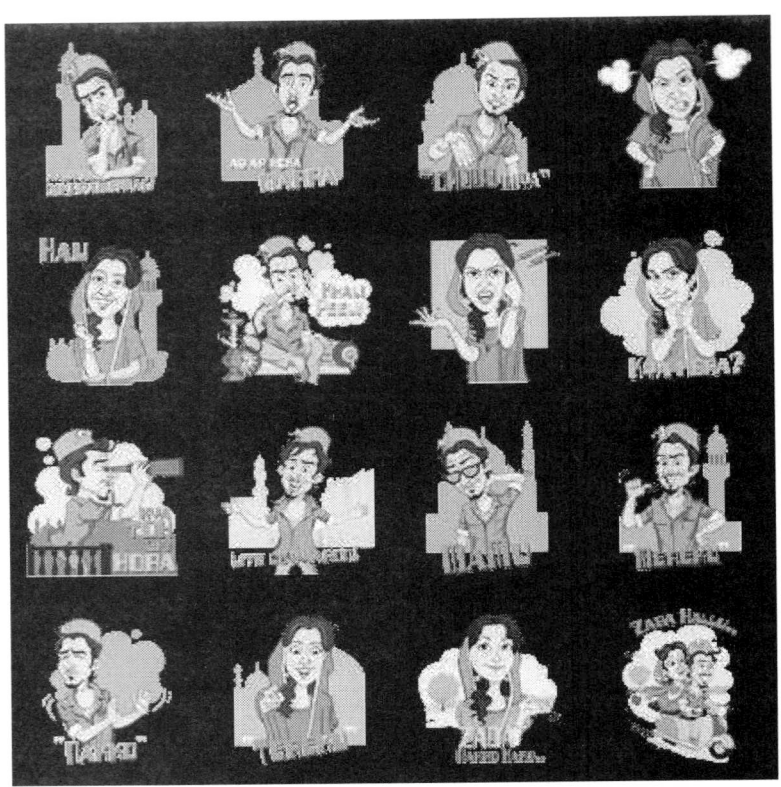

కర్నే కొ జో కామూఁహైసొ
జైసేకే వైసే హీంచ్ హై
నై కర్నేకె కామా కర్రై
నై బోలేతే సున్తేనై

ఉమర్కె పీఛే మత్ భాగో
గయేసీ జవానీ ఆతీనై
మేకప్ గీకప్ నక్కో
నైబోలేతో సున్తేనై

అచ్ఛేఅచ్ఛేడ్రామే దేఖో
కిత్తా కిత్తా సమ్‌ఝాయా
గంధే ఫిల్మే మత్ దేఖో
నై బోలేతో సున్తేనై

చేయాల్సిన పనులన్నీ
ఎక్కడివక్కడే ఉన్నాయి
చేయకూడని పనులు చేస్తున్నావు
వద్దంటె వినడం లేదు

వయసు వెనుక పరుగెత్తొద్దు
పోయిన వయసు రాదు
మేకప్ గీకప్ వద్దు
వద్దంటే వినడం లేదు

మంచి మంచి నాటకాలు చూడు
ఎంతెంతగా నచ్చచెప్పా
పాడు సినిమాలు చూడొద్దని
వద్దంటే వినడం లేదు

సంజీవరెడ్డి మామా!

సమైక్యరాష్ట్రం ఏర్పడిన కొత్తలో నీలం సంజీవరెడ్డి ముఖ్యమంత్రిగా ఉన్న రోజులు. హైకోర్టు అన్యాపదేశంగా చేసిన వ్యాఖ్యకు స్పందనగా పదవికి రాజీనామా చేశారు, ప్రధాని నెహ్రూకు చెప్పకుండా! అటువంటి వ్యక్తిని ముఖ్యమంత్రిగా ఉండగా విమర్శించడం అంత తేలిక కాదు కదా! సర్వార్ దండా అనే మషూర్ కవి 'సంజీవరెడ్డి మామా' అనే షాయరీ రాశారు. విన్నవారు పొట్ట చెక్కలయ్యేలా నవ్వే అనేక చరణాల్లో ఒక చరణం...

పోలీస్ కి డైరీ మె
దండె కి షాయిరీ మె
న ఫుల్ స్టాఫ్ న కామా
సంజీవ్ రెడ్డి మామా

పోలీసుల డైరీలో
దండె కవిత్వంలో
ఫుల్‌స్టాప్ ఉండదు కామా ఉండదు
సంజీవరెడ్డి మామా

ఓల్డ్ సిటీలో నేటికీ పాడుకునే ఒక ‘నక్కొ’ నుడికారం :
పూఫీ సాస్ నక్కొ
భతీజీ బాబు నక్కొ
బందీ సౌకాన్ నక్కొ
ఘర్ మె సాలా నక్కొ
కతిల్ పితల్ కా సాజ్ నక్కొ
బూఢే మరద్ కి రాజ్ నక్కొ

మేనత్త అత్తగా వద్దు
సోదరుడి కూతురు కోడలుగా వద్దు
పని మనిషి సవతిగా వద్దు
బావమరిది ఇంట్లో వద్దు
ఇత్తడి ఆభరణాలు వద్దు
ముసలి వాడితో సంసారం వద్దు

ఆహ్లాదకరమైన దక్కనీ సారస్వత వాతావరణంలో పెరిగిన పిల్లలు ఉత్తరాది వారి దృష్టిలో మోటు మనుషులు. ఉత్తరాది వారు హిందీ లేదా ఉర్దూలో మాట్లాడతారు. ఒక ఉత్తరాది వ్యక్తికి హైద్రాబాదీకి జరిగిన సంభాషణను ఆరోజుల్లో హైద్రాబాదీలు హాస్యంగా చెప్పుకునేవారు.

ఒక ఉత్తరాది వ్యక్తి హైద్రాబాదీ పిల్లవాడిని అడుగుతున్నాడు 'ఈ రోడ్డు హైద్రాబాద్‌కు పోతుందా?' పిల్లవాడు 'హవ్ (అవును)' అన్నాడు. 'హవ్' అని నీచంగా మాట్లాడావు నువ్వు అన్నాడు పెద్దాయన. మరేమనాలి సార్ అన్నాడు పిల్లవాడు. 'జీ హాఁ' అనాలి అన్నాడు. అంటే 'హవ్' నీచమైన పదం అన్నమాట అన్నాడు పిల్లవాడు. పెద్దాయన 'హవ్' అన్నాడు ఉత్తరాది పెద్దాయన.

ఇంతటి హాస్యం ఉన్న దక్కనీ, ఉర్దూ కంటె లేక హిందీ కంటె తక్కువ ఎలా అవుతుంది? అసలు దక్కనీ భాషే ఈ రెండు భాషలకూ మాతృక. ఆ చారిత్రక వైనం మరోసారి.

✤❀✤

వెళ్లొస్తనని ఎంతకీ రాడే?

హైద్రాబాద్ వచ్చిన కొత్తలో ఇక్కడి భాష నాకు వింతగా తోచింది. నేను చిన్నప్పటి నుంచి ఉర్దూ చదివినవాడిని. రాసిన వాడిని. ఇక్కడి ఉర్దూ రాతభాషలోని కొన్ని పదాలు నాకు తెలిసిన ఉర్దూ సాహిత్యంలో ఎక్కడా తారసపడలేదు. పాత తరాల సాహిత్యం చదివిన తర్వాత 'యురేకా' అన్పించింది. ఇక్కడ బాగా ప్రాచుర్యంలో ఉన్న 'దేజావొ'లాంటి పదాలు మా పంజాబీలకు చిరపరచితమైనవే! ఈ మతలబు తెలుసుకునేందుకు చరిత్రలోకి కాస్త తొంగి చూడాల్సిందే!

దక్కన్ తరంగాలు

ముస్లింల దండయాత్ర వలన మాత్రమే దక్కనీ భాష రూపొందలేదు. జైనులు - బౌద్ధులు - శైవులు - వైష్ణవులు - తమ విశ్వాసాల ప్రచారాల్లో భాగంగా ద్రవిడప్రాంతానికి శతాబ్దాలుగా వచ్చేవారు. ఇక్కడి వారు అక్కడికీ! వీరికి,

మహారాష్ట్ర-కర్నాటక-తెలంగాణ ప్రాంతాలు ఉత్తర - దక్షిణ భారతాల సంగమస్థలిగా ఉండేది. సూఫీలు, గురునానక్ దక్షిణ ప్రాంతాలను సందర్శించారు. ఈ సంగమం వలన ఏర్పడిన భాష దక్కనీ. ముస్లింలు అందరూ సూఫీలు కారు. సూఫీలందరూ ముస్లింలు కారు! దక్కనీలో జైన

చరిత్ర తదితర కావ్యాలు ఉన్నాయి. దక్కన్ పీఠభూమి పరిసరాల్లోని అనేక భాషాప్రవాహాలను కలపుకుని దక్కనీ (దక్షిణాది భాష) ఆవిర్భవించింది.

బహమనీల ప్రత్యేకత!

అల్లావుద్దీన్ ఖిల్జీ దేవగిరిపై దాడి చేసిన నేపథ్యంలో అతడు, అతడి సైన్యం వెంట తెచ్చిన పర్షియన్ భాష పంజాబీతో సంగమించింది. ఖిల్జీ దాడి తర్వాత నూరేళ్లకు 1295 ప్రాంతంలో కొత్తభాషగా ఢిల్లీకీ పరిచయమైంది. సింధునది ప్రాంతం నుంచి వచ్చిన సైనికులు (ఉర్దు) మాట్లాడే భాష కాబట్టి ఉర్దూ అయింది. ఉత్తరాది స్థానిక భాషల్లో పర్షియన్ కలిస్తే అది ఉర్దూ. ఉత్తరాది స్థానిక భాషల్లో సంస్కృతం కలిస్తే హింది. ఈ నేపథ్యంలో 1327లో తుగ్గక్ రాజధానిని ఢిల్లీ నుంచి దేవగిరికి మార్చాడు.

మహారాష్ట్రలోని నాసిక్-నాందేడ్ మధ్యలోని దేవగిరిని దౌలతాబాద్ అన్నాడు. దక్కన్ పీఠభూమికి చెందిన దౌలతాబాద్‌కు రాచకుటుంబీకులు, ఉన్నతాధికారులు, చేతివృత్తుల వారు, దాదాపు 500 మంది సూఫీలు ఢిల్లీనుంచి ఇక్కడకు చేరారు. తమ భాషనూ ఇక్కడకు తెచ్చారు. స్థానిక ప్రభువులు 1347లో తుగ్లక్‌కు ఎదురు తిరిగి బహమనీ సామ్రాజ్యాన్ని స్థాపించారు. ఈ నేపథ్యంలో బహమనీలు ఉత్తరాది వారితో ఎటువంటి సంబంధం, పోలిక వద్దనుకున్నారు. భాష విషయంలో కూడా! అలా ఉత్తరాది ఉర్దూతో సంబంధం లేకుండా దక్షిణాది ఉర్దూ పరిణామం మొదలైంది! స్థానిక భాషలైన మరాఠి-తెలుగు-కన్నడ పదాలను చేర్చుకుంది.

'హవ్–నక్కొ–కైకొ' మరాఠీ నుంచి చేరాయి. 'జాకే ఆతుమ్' అనే పదం ఉర్దుకు తెలుగు కంట్రిబ్యూషన్! ఉత్తరాది ఉర్దూలో ఈ వాడుక లేదు! ఈ విషయం నేను స్వానుభవంతో చెబుతున్నా!

ఆంధ్రుడైన మా ఉన్నతాధికారి ఒకరు 'వెళ్లొస్తా' అని వెళ్లాడు. ఎంతకూ రాడే? చాలాసేపు వెయిట్ చేసా. 'ఆయన వెళ్తున్నా అన్నారు, మళ్లీ వస్తా అనలేదు' అని ఆయన దగ్గర పనిచేసే వ్యక్తి చెప్పాడు!

కులీ కుతుబ్ షా ప్రజల నాల్కలపై జీవించిన రాజు!

ఫిరోజ్ షా, బుర్హానుద్దీన్ జనమ్, ఖురేషీ బిద్రీ, గవాసీ, వజాహీ, కులీ కుతుబ్ షా వంటి కవులు తమ సాహిత్యంతో దక్కనీని సారవంతమూ, సౌందర్యవంతమూ చేశారు. హైద్రాబాద్ నగర వ్యవస్థాపకుడు ఐదవ కులీ కుతుబ్ షా పర్షియన్‌లో, దక్కనీలో గొప్ప కవితలు రాశారు. ఆయన సాహిత్యంలో వివిధ భారతీయభాషల పదాలున్నాయి! నేటికీ ప్రాచుర్యంలో ఉన్న భాగ్యనగర నిర్మాత కులీ కుతుబ్ షా కవిత...

పియా బాజ్ ప్యాలా పియాన జాయెన
పియా బాజ్
పియా బాజ్ ఎక్ తిల్ జియా న జాయెన
(ప్రేయసి లేకుండా పాత్రికలో మధువును తాగలేను
ప్రేయసి లేకుండా ఒక్క శ్వాస అయినా తీసుకోలేను)

కతె పియా బి
సుబురి కరూ
కెహ జాయె అమ్మా
కియా జాయొ న
పియా బాజ్
(తాళమంటావు ప్రేయసి దూరమైనా
చెప్పడం తేలికే అమ్మా బతకడమే కష్టం)

నహీ ఇష్క్ జిస్
వొ బడా కూడ్ హై
కథీ ఉస్ సె మిల్
బెసియ జాయె న
పియా బాజ్
(ప్రేమించలేని వాడు మహా క్రూరుడు
ప్రేయసి లేకుండా జీవించే వాడెంత క్రూరుడో)

కుతుబ్ షా న దె
ముర్ఖ దివానె కొ పంద్
దీవానె కొ కుచ్
పంద్ దియా జాయె న
పియా బాజ్
(కుతుబ్ షా ప్రేయసిలేని పిచ్చివానితో తర్కాలేల
పిచ్చివాడికి హితవచనాలు చెప్పరాదు కదా!)

'పర్సూం'కి కహానీ!

హిందీ సినిమాల్లో దక్కనీ మాండలీకాన్ని ప్రేమగా చాలా సందర్భాల్లో వాడారు. రేడియో, టీవీల్లో దిగువన ఉదహరించిన రెండు ప్రేమగీతాలు చెవిన పడినపుడు ఒక ఫ్లాష్‌బ్యాక్ గుర్తొస్తుంది!

'కల్ న మానా
తూ పర్సో న మానా
తూ బర్సోం సె న మాన...'

(నిన్న ఒప్పుకోలేదు
నీవు మొన్నా ఒప్పుకోలేదు
నీవు ఏళ్లు గడచినా ఒప్పుకోలేదు)

'ఆజ్ కల్ పర్‌సూంకె బాతే నహీ
తెరెమెరె సదియోంసె పెహ్‌చాన్ హై'

(ఈరోజు నిన్న మొన్న సంగతి కాదు
మన పరిచయం యుగయుగాలది)

హైద్రాబాద్‌కు వచ్చిన కొత్త. సమాచార-ప్రచారశాఖ కమిషనర్‌గా ఉద్యోగం. సమాచారం ఇవ్వాలంటె ముందుగా తెలుసుకోవాలి కదా!

మద్రాస్‌లో భాగమైన ఆంధ్ర ప్రాంతం, పాత హైద్రాబాద్ స్టేట్ కలసి 'ఆంధ్రప్రదేశ్'గా ఏర్పడిన తొలి సంవత్సరాలు. హైద్రాబాద్ స్టేట్‌లో సమాచారశాఖ అంటూ ఒకటి ఉండేది కాదు. బ్రిటిష్ పాలనావ్యవస్థలో సమాచారశాఖ ప్రధానమైనది. కాబట్టి అప్పటి 'మెద్రాస్' నుంచి సంబంధిత రికార్డులు కర్నూలు మీదుగా హైద్రాబాద్ వచ్చాయి. హైద్రాబాద్‌కు చెందిన రికార్డులు? ఉర్దూ భాషలో దక్కనీ మాండలీకంలో సాంప్రదాయక పద్ధతుల్లో రాసినవి అక్కడొకటి ఇక్కడొకటి లభించేవి. అప్పటి ప్రముఖ సంపాదకులు దివంగత నార్లవెంకటేశ్వరరావు రికార్డులను స్ట్రీమ్‌లైన్ చేయాల్సిన ఆవశ్యకతను తరచూ నొక్కి చెప్పేవారు. ఉర్దూ ఇంగ్లిష్‌లలో డ్రాఫ్ట్ చేసే పరిజ్ఞానం ఉండడం వలన నాపై ఈ బాధ్యత మోపారు.

పదము వినగ ప్రాణాలు కదలురా!

ఈ క్రమంలో ఒక పదం నన్ను ముప్పుతిప్పలు పెట్టింది. రికార్డుల్లో 'మొన్నటి వరదలు...(పర్సూం - కి - తుగ్యాని)' అనే పదం తరచూ

కన్పించేది. కొన్ని నెలలుగా ఇక్కడే ఉన్నాను కదా! హైద్రాబాద్‌లో మొన్న వరద ఎక్కడ వచ్చింది? 'టు ద లెవల్ బెస్ట్ ఆఫ్ మై నాలెడ్జ్' అటువంటిదేమీ లేదు! రికార్డుల్లో ఉదహరించిన వరదలు నగరంలోని వేర్వేరు ప్రాంతాల్లో వచ్చాయేమో! ఫలానా ప్రాంతంలో వరదలు వచ్చాయా? అని దాదాపు సిటీలోని అన్ని ప్రాంతాల వారినీ అడిగే వాడిని. 'లేదే' అని సమాధానం! సమాధానపడలేక తలప్రాణం తోకలోకి వచ్చింది! కిం కర్తవ్యం? ఒక మిత్రుడి వివరణతో నా ఆందోళన దూది పింజలా విడిపోయింది! హిందీలో లేదా ఉర్దూలో 'కల్–పర్సూం–తర్సూం–తీన్ దిన్ పహెలే–చార్‌దిన్ పహెలే–హఫ్తా కె పహెలె–మహినె కె పహెలె–పిచ్‌లే సాల్ (నిన్న - మొన్న - ఆ మొన్న - మూడు రోజుల క్రితం - నాలుగు రోజుల క్రితం - వారం క్రితం - నెలక్రితం - ఏడాది క్రితం)'లాంటి పదాలు వ్యవహారంలో ఉన్నాయి. హైద్రాబాదీల వ్యావహారిక భాషలో అంత సంక్లిష్టత ఉండదు. చాలా సులభం. 'కల్–పర్సూం (నిన్న - మొన్న)' అంతే! మొన్నటికి ముందంతా మొన్నే! ఇంతకీ రికార్డుల్లో ఉన్న 'పర్సూం...' ఏమిటనుకున్నారు?

అమ్జద్ హైద్రాబాదీ కవన ఘోష!

20వ శతాబ్దపు ప్రళయభీకర వరద! 1908వ సంవత్సరం సెప్టెంబర్ 27వ తేదీ రాత్రి 2 గంటలనుంచి (తెల్లవారితే 28)ఉదయం 6 గంటల వరకూ మేఘం బద్దలయ్యింది! మూసీ నది 60 అడుగుల ఎత్తు పెరిగింది.

అఫ్జల్‌గంజ్‌లో 11 అడుగుల ఎత్తుకు చేరింది. మూడవ వంతు నగరాన్ని ముంచింది. 15 వేలమంది ప్రజలు మరణించారు. వరదలో 'అల్విదా' చెబుతూ తల్లి సోఫియా బేగం, భార్య మెహబూబ్ ఉన్నీసా, కుమార్తె అజం ఉన్నీసాలు 'అమ్జద్ హైద్రాబాదీ' కళ్ల ఎదుటే మరణించారు. స్పృహతప్పిన 22 సంవత్సరాల అమ్జద్ హైద్రాబాదీ ఉస్మానియా హాస్పటల్‌లోని చింతచెట్టు కొమ్మకు తట్టుకున్నాడు. కొమ్మలకు వేలాడుతూ ప్రాణాలు నిలుపుకున్న 150 మందిలో అమ్జద్ ఒకడు! పార్సీ - ఉర్దూ - దక్కనీ ఉర్దూలలో ప్రముఖ కవిగా విఖ్యాతుడైన అమ్జద్ హైద్రాబాదీ కంటే గొప్పగా ఈ పెను విషాదాన్ని ఎవ్వరు వర్ణించగలరు? ఖయామత్-ఎ-సోగ్రా (శిఖరాలు మునిగిపోయాయి)లో ఒక చరణం...

ఇత్నీ దర్‌యా మె భీ న డూబా అమ్జద్
(ఇంతటి వరదలోనూ మునిగి పోలేదు అమ్జద్)

డూబ్‌నై వాలోంకొ బస్ ఏక్ చుల్లూ కాఫీ హై
(మునగని వాడికి చాలు ఒక ప్రాయశ్చిత్తం)

ఈ వరదల ఫలితంగా తర్వాత కాలంలో సర్ మోక్షగుండం విశ్వేశ్వరయ్యవంటి మేధోజీవుల దార్శనికతతో దేశంలోనే ప్రణాళికా బద్ధమైన తొలి నగరంగా హైద్రాబాద్ రూపొందింది. ఈ నేపథ్యంలో 1908 వరద తరచూ రికార్డుల్లోకి రావడం సహజం. అయితే అన్నింటా 'మొన్నటి వరద...' గా! హైద్రాబాదీల సంభాషణల్లో 'పర్సూం క్యా హువా మాలూం...' తరచూ విన్పిస్తుంది. 'మొన్నేమైందో తెలుసా...' అంటే మొన్నటి నుంచి శతాబ్దాల క్రితం వరకూ! చరిత్ర చెత్తబుట్టను క్లీన్ చేయడానికి ఇంత కంటె మంచి పదం ఉందా?!

నల్లకలువల నజరానా!

ఓ సారిలా జరిగింది. ఆఫీసులో ముగ్గురు వ్యక్తులం కూర్చుని మాట్లాడుకుంటున్నాం. మూడో వ్యక్తి గది నుంచి బయటకు వెళ్లాడు. ఇద్దరమే ఉన్నాం. 'ఓ పొట్టాకు కుచ్‌భీ నై మాలూం (ఆ పిలగాడికి ఏమీ తెలీదు)' అన్నాడు వెళ్లిన వ్యక్తి గురించి! ఏ పిల్లవాడికి? వెళ్లిన వాడు పిల్లవాడు కాదు కదా! నలభైల వాడే. 'పొట్టా' అని అన్న వ్యక్తీ దాదాపు అదే ఈడు వాడు. కాకపోతే ఒకటి రెండేళ్లు పెద్ద! తన కంటే చిన్న వాడు అతడి వయసుతో సంబంధం లేకుండా చిన్నవాడేనన్నమాట! కాలాన్ని సరళీకృతం చేసినట్లే వయస్సునూ హైద్రాబాదీలు సింప్లిఫై చేశారు. మహిళలు తమ సంభాషణలో సరదాగా 'ఓ పొట్టీ క్యా (ఆ పిల్లా)' అంటారు! ఆ అమ్మాయికి 50 సంవత్సరాలుండవచ్చు. అన్న వారికి ఒకటి రెండేళ్లు అదనంగా ఉంటే 'పొట్టీ' అనడం సహజమే! దక్కనీ తెలుగులో కూడా ఈ వాడుక ఉంది. 'వాడా బచ్చాగాడు' వినే ఉంటారు.

ట్రాఫిక్‌లో గమనించండి. సిగ్నల్స్ పడినప్పుడు ముందున్న వెహికిల్ నడిపే వ్యక్తికి తల నెరవకపోయినా సరే, 'చిచ్చా థోడా ఆగే చలోనా (చిన్నాయనా కొంచెం ముందుకు పోనియ్యి) అనే యువకులు మీకు తారసపడుతూనే ఉంటారు! హైద్రాబాద్‌కే ప్రత్యేకమైన యువకుల తుళ్లింత ఇది!

ఓ సారి ఇంట్లో ఉన్నాను. మా శ్రీమతి ఫలానా ఆవిడ మిమ్ములను

కలిసేందుకు డ్రాయింగ్ రూంలో వెయిట్ చేస్తున్నారు అని చెప్పింది. పేరేమిటి అని అడిగాను. 'ఫలానా' అన్నది శ్రీమతి. అదేమిటి? మగపేరు కదా! వచ్చింది పురుషుడేనేమో, ఓ సారి సరిగ్గా చూసిరా అన్నాను. వెళ్లి చూసి, పేరు అడిగి మరీ తాను చెప్పింది కరెక్టే అని నిర్ధారించింది. మహిళలకు మగ పేరేమిటి? కుతూహలం కొంచెం చరిత్రను ముందుకు తెచ్చింది!

రెండవ అసఫ్‌జా తన సైన్యంలో మహిళా దళం ఏర్పరచాడు. అంతఃపురానికి చెందిన మహిళలను రక్షించేందుకు అవసరమైతే పురుషులతో తలపడేందుకు వీలుగా 'జఫర్ ప్లటూన్ (విజయదళం)' ఏర్పరచారు. ఈ విభాగం పేరుకు తగ్గట్లు వ్యవహరించిందని చెప్పలేం! క్రీ.శ. 1795లో నిజాం విహారానికి వెళ్తున్నాడు అని భావించిన బేగం రాత్రిపూట శత్రువుల కాగడాల దాడికి తారెత్తి తన మహిళాసైన్యంతో సహా సురక్షితం కాని ప్రదేశానికి పట్టుపట్టి వెళ్లారు. రాణి బహూకరించిన ఊహించని ఓటమికి ఖిన్నుడైన నిజాం ఔరాంగాబాద్ తదితర ప్రాంతాలను మరాఠాలకు అప్పగించాడు.

తదనంతర కాలంలో ఆరవ నిజాం ఆఫ్రికా సైనికులను తన వ్యక్తిగత భద్రతకోసం నియమించుకున్నాడు. హైద్రాబాద్ సంస్థానానికి మిత్రుడైన వనపర్తి రాజాకు తూర్పు ఆఫ్రికా దేశమైన టాంజానియాకు చెందిన బాడీగార్డ్స్ ఉండేవారు. నిజాం కోర్కెమేరకు ఆయన 300 మంది టాంజానియన్స్‌ను పంపారు. ప్రస్తుతపు ఏ.సి.గార్డ్స్ (ఆఫ్రికన్ కావలరీ రక్షకులు)లో వారికి నివాసాలు ఏర్పాటు చేశారు. వేర్వేరు ఆఫ్రికా దేశాల నుంచి, ప్రాంతాల నుంచి, భాషా సమూహాల నుంచి వచ్చిన ఆఫ్రికన్స్ ఇక్కడ వైవిధ్యంగా కలసిపోయారు. అబ్సీనియన్ల నెలవు కాబట్టి 'హబ్సి గూడ' ఏర్పడింది. ఆఫ్రికా మూలాలున్న ముస్లింలను 'సిద్ది'లు అంటారు. సిద్ధి అంబర్ బజార్, సిద్దిపేట అలా ఏర్పడినవే! స్థానికులతో మమైకమై గంగా-జమునా తెహజీబ్‌కు ఉదాహరణగా నిలచారు. ఆఫ్రికన్ సంగీతాన్ని, నృత్యాలను ఇక్కడి సంస్కృతిలో మేళవించారు.

నిజాం పుట్టిన రోజున రాజ్యంలోని ప్రముఖులందరూ ఆయనకు బహుమతులు ఇచ్చేవారు. నిజాం తన అంగరక్షకులకు బహుమతులు ఇచ్చేవారు. రాజుగారి పుట్టిన రోజున ఏసీ గార్డ్స్ నుంచి ఊరేగింపుగా వెళ్లిన వైభవానికి ప్రత్యక్షసాక్షులు ఇప్పటికీ ఉన్నారు. ఆఫ్రికన్ మహిళలు నిజాం అంతఃపురంలో ప్రత్యేక హెూదా కలిగి ఉండేవారు. నిజాం పిల్లలను చెంపదెబ్బ కొట్టే అధికారమూ వీరికి ఉండేది. వీరికి పల్లకీ హెూదా ఉండేది! నిజాం మహిళాదళంలో ఇరువురు సుప్రసిద్ధుల గురించి చరిత్రకారులు వేర్వేరు సందర్భాల్లో రాశారు. ఒకరు 'మామా చంపా' మరొకరు 'మామా బరూన్'!

ఒక పఠాన్ రక్త కన్నీరు!

కన్నీరులో ఆనందపు అర్ణవాలుంటాయి. విషాదపు సముద్రాలూ ఉంటాయి. కన్నీటిని ఎవ్వరు నిర్వచించగలరు? తన ఉపన్యాసకళ ద్వారా వ్యక్తులనే కాదు సమూహాలనూ కంటనీరు పెట్టించిన ఒక వ్యక్తిత్వంలోకి తొంగి చూద్దామా!

స్థలం, చాదర్‌ఘాట్ సమీపంలోని విక్టరీ ప్లే గ్రౌండ్. మహ్మద్ ప్రవక్త జన్మదినం సందర్భంగా 1930 నవంబర్‌లో సభ. ఓ యువకుడు ప్రసంగిస్తున్నాడు. శ్రోతలు పరవశులై ఉన్నారు. అకస్మాత్తుగా పోలీసుల విజిల్స్. హడావుడి. ఏడవ నిజాం మీర్ ఉస్మాన్ అలీ ఖాన్ అనూహ్యంగా ఆగమించారు! ఒక్క క్షణం సంబాళించుకుని అప్పుడే వచ్చిన వ్యక్తి (నిజాం)ని ఉద్దేశించి 'మహ్మద్ ప్రవక్తకు కిరీటధారి అయిన సేవకుడా!

భౌతిక-ఆధ్యాత్మిక ప్రపంచాలకు చక్రవర్తి అయిన భగవంతుని పాలనా రీతులను ఆలకించు...' అంటూ ఉపన్యాసాన్ని పునఃప్రారంభించాడు ఆ యువకుడు. ఆ పదప్రవాహంలో లీనమై కన్నీటితో తడవని వ్యక్తి ఒక్కరూ లేరు. నిజాంతో సహా!

వారం తర్వాత నవంబర్ 25న 'నిజాం తన జన్మదినం సందర్భంగా మీ ప్రవచనాలను వినాలని భావిస్తున్నారు, తమరికి 'బహదూర్ యార్ జంగ్' బిరుదును ప్రదానం చేద్దామనుకుంటున్నారు' అని ఆ యువకునికి ఫర్మానా అందింది! ఇంతకీ ఎవరతడు? నిజాం సికిందర్ జా (1903-29) హయాంలో హైద్రాబాద్ తరలివచ్చిన పఠాన్ కుటుంబీకుడు. నసీబ్‌ఖాన్ తనయుడు నిసార్ అహ్మద్ (సాదీ) ఖాన్. 1905లో మార్చి 4వ తేదీన నగరంలో జన్మించాడు. పుట్టిన ఏడవ రోజునే తల్లిని కోల్పోయి అమ్మమ్మల-నానమ్మల పోషణలో పెరుగుతూ మదర్సా-ఎ-అలియా, దారుల్-ఉల్-ఉలూమ్‌లలో చదువుకున్నాడు. కుస్తీ-ఈత-వేట తదితర విద్యల్లో మిన్న. ఉపన్యాసకళలో అనుపమానుడు! తండ్రి 1923లో చనిపోయాడు. వారసత్వంగా నిజాం అసంఘటిత సైన్యాధిపత్యం, జాగీర్ లభించాయి. 1927లో ఇస్లాం ప్రచారసంస్థను నెలకొల్పాడు. నాలుగు దశాబ్దాలుగా మృతప్రాయంగా ఉన్న జాగీర్దార్ల సంఘానికి అధ్యక్షునిగా ఎన్నికై జవసత్వాలను నింపాడు. తక్కువ సంఖ్యలోగల మహదవీ శాఖకు చెందిన బహదూర్ యార్ జంగ్ అన్ని శ్రేణుల ముస్లింలను ఏకం చేశాడు. బహదూర్ ఖాన్ గొప్ప చదువరి. తెలుగులో కనీస పరిజ్ఞానం, ఉర్దూ,అరబిక్,పర్షియన్,ఇంగ్లిష్‌లపై పట్టు కలిగినవాడు. జిన్నా ఇంగ్లిష్ ఉపన్యాసాలను ఉర్దూలోకి తర్జుమా చేసేవాడు.

'మజ్లిస్-ఎ-ఇత్తెహాద్-ఉల్-ముసల్మీన్' అనే సాంస్కృతిక-మత సంస్థకు 1938లో అధ్యక్షునిగా ఎన్నికయ్యాడు. ఈ సంస్థ తర్వాత ముస్లింలీగ్‌లో విలీనమైంది. అందులోనూ ఎదురులేని నేత!

అప్పటి హైద్రాబాద్ ప్రత్యేక రాజకీయ పరిస్థితిని బహదూర్ తన దృష్టికోణంతో సమీక్షించుకున్నాడు. 17వ శతాబ్దంలో ఫ్రాన్స్ చక్రవర్తి 14వ లూయిస్ 'నేనే రాజ్యాన్ని (అయామ్ ద స్టేట్)' అన్న ధోరణిలో నిజాం ఉన్నాడు. వాస్తవానికి నిజాం బ్రిటిషర్ల వీర విధేయుడు! ఈ నేపథ్యంలో ప్రతి ముస్లిం ప్రభువే (అనల్ మాలిక్) నిజాం ముస్లింలకు ప్రతీక మాత్రమే, అనే సిద్ధాంతాన్ని బహదూర్ యార్‌జంగ్ వ్యాప్తిచేశాడు. హైద్రాబాద్‌ను స్వతంత్ర ముస్లిం రాజ్యంగా ప్రకటించాలని నిజాంపై వత్తిడి తెచ్చాడు. మత మార్పిడులను ప్రోత్సహించాడు. ఫలితంగా రజాకార్లు చెలరేగారు. ప్రతిగా వామపక్షవాదులు, ఆర్యసమాజీకులు, కాంగ్రెస్ వాదులు తమ కార్యకలాపాలను ఉధృతం చేశారు. యార్‌జంగ్ ధోరణి నిజాంను అసహనానికి గురిచేసింది. బ్రిటిషర్లకు ఆగ్రహాన్ని కలిగించింది. జాగీర్దార్లు రాజకీయాల్లో పాల్గొనరాదనే నిబంధనను బ్రిటిషర్ల వత్తిడితో నిజాం గుర్తుచేశాడు. జాగీర్‌ను తిరస్కరించి 'బహదూర్' వహ్వాలు అందుకున్నారు. నిజాం కంటే బలవంతునిగా ఆవిర్భవించాడు!

హైకోర్టు జడ్జి హాషీం అలీఖాన్ బహదూర్ యార్‌జంగ్‌కు సన్నిహిత మిత్రుడు. 1944 జూన్ 25వ తేదీన యార్‌జంగ్‌ను విందుకు ఆహ్వానించాడు. యార్‌జంగ్ కొంచెం ఆలస్యంగా వెళ్లాడు. అతిథులను, మిత్రుడిని మన్నించవలసినదిగా కోరాడు. అలా కూర్చున్నాడు. హుక్కా అందుకున్నాడు. అంతే! కుప్పకూలాడు! నిజాం ప్రోద్బలంతోనే ఇలా జరిగిందని కొందరు చెవులుకొరుక్కున్నారు. మరుసటి రోజు ఉదయం బహదూర్ యార్‌జంగ్ పార్థివ దేహయాత్రలో నిజాం కూడా పాల్గొన్నాడు. రాజకీయాలకు అతీతంగా బహదూర్ ఎందరికో స్నేహితుడు. సాదత్ హసన్ మంటో యార్‌జంగ్‌ను 'మేరా సాహెబ్' అన్నాడు. సరోజినీ నాయుడు 'మేరా బేటా' అనేవారు! ఆమె యార్‌జంగ్‌కు నివాళిగా 'ద పఠాన్' అనే కవిత రాశారు!

అబిద్ హసన్ శాఫ్రానీ! 'తెహజీబ్'కి నిషానీ!!

తెహజీబ్ అనే ఉర్దూ పదానికి అర్థం సంస్కృతి. 'గంగ, యమున' (సరస్వతి) హిందూ సంస్కృతికి ప్రతీక. హిందూ-ముస్లిం సంస్కృతులు పాలూ-నీళ్లలా కలసిపోవడమే గంగ జమున తెహజీబ్. ఈ ప్రవాహంలో 'గర్వంగా చెప్పు నేను హిందువునని/గర్వంగా చెప్పు నేను ముస్లింనని' లేదా ఫలానా అనే నినాదాలు నిశ్శబ్దంగా లుప్తమవుతాయి! మానవత్వం సంగమించిన భారతీయత మాత్రమే ధ్వనిస్తుంది! గంగాజమున తెహజీబ్‌కు అపూర్వ ఉదాహరణగా నిలచిన ఒక వ్యక్తిత్వం గురించి...

అబిద్ హసన్ శాఫ్రానీ (కాషాయి)

వింతైన పేరు కదా! వివరాల కోసం, కథ మూలాల్లోకి వెళదాం! హైద్రాబాద్ స్టేట్ దీవాన్‌గా (1853-83) పనిచేసిన మొదటి సాలార్‌జంగ్ పాలనా వ్యవస్థను ఆధునీకరించాలని భావించాడు. ఈ క్రమంలో బ్రిటిష్ ఇండియానుంచి ఇంగ్లిష్ పరిజ్ఞానం కలిగిన ఉన్నతాధికారులను హైద్రాబాద్‌కు రప్పించారు. వారిలో నవాబ్ మొహిసిన్-ఉల్-ముల్క్ ఒకరు. అతని చిన్న తమ్ముడు అమీర్ హసన్ కలెక్టర్‌గా పనిచేశారు. ఆయనకు, హజియా బేగం (ఇరానీ)కు 1911లో అబిద్ హసన్ జన్మించాడు. అప్పట్లో కులీనుల పిల్లలు ఇంగ్లండ్‌లో చదవడం ఫ్యాషన్! హసన్ తల్లికి ఇంగ్లండ్ అంటే అయిష్టత. తల్లి అభీష్టం మేరకు హసన్ ఇంజనీరింగ్ చదివేందుకు

జర్మనీ వెళ్లాడు.

రెండో ప్రపంచయుద్ధం. బ్రిటిష్ వారితో పోరాడుతోన్న జర్మనీకి నేతాజీ సుభాష్ చంద్రబోస్ వెళ్లాడు. జర్మనీకి ఖైదీలుగా దొరికిన భారతీయసైనికుల శిబిరాలు సందర్శిస్తూ బోస్ వారిలో దేశభక్తిని రగిలిస్తున్నాడు. భారతీయ యువకులనూ కలుస్తున్నాడు. ఆ సందర్భంలో తన చదువు పూర్తయ్యాక స్వతంత్ర సమరంలో చేరతానని అబిద్ హసన్ బోస్‌తో అన్నాడు. చదువు త్యాగం చేయలేని వారు ప్రాణాలు త్యాగం చేస్తారా'

అన్నాడు బోస్. తక్షణం పుస్తకాలను విసిరేసి బోస్‌కు సెక్రటరీగా, దుబాసీగా నియుక్తుడయ్యాడు. జర్మన్-జపాన్ జలాంతర్గాముల్లో అబిద్ బోస్ వెంట సింగపూర్ వెళ్లాడు. జపాన్ మద్దతుతో 1943 అక్టోబర్ 21న ప్రవాసంలో స్వతంత్ర భారత ప్రభుత్వాన్ని నెలకొల్పిన నేతాజీ సరసన అబిద్ ఉన్నాడు! ఇండియన్ నేషనల్ ఆర్మీ (ఆజాద్ హింద్ ఫౌజ్) మేజర్‌గా నియుక్తులై బర్మా సైన్యానికి నాయకత్వం వహించారు.

'జైహింద్' సృష్టికర్త!

ఆ సందర్భంలో సైనికులు ఇతర భారతీయులు పరస్పరం విష్ చేసుకునేందుకు 'హలో'కు ప్రత్యామ్నాయంగా ఒక దేశీపదం ఉంటే బావుండునని బోస్ భావించాడు. ఎన్నో పేర్లు పరిశీలనకు వచ్చాయి. అబిద్ హసన్ 'జై హింద్' అన్నాడు! తక్షణ స్పందనగా నేతాజీ 'జైహింద్' అన్నాడు. స్వతంత్ర భారతదేశపు జెండా ఏ రంగులో ఉండాలి? హిందువుల్లో

ఎక్కువ మంది కాషాయం (శాఫ్రాన్) అని ముస్లింలలో ఎక్కువ మంది ఆకుపచ్చ అనీ వాదులాట! వైరుధ్యాలు తీవ్రదశకు చే రాయి. 'హిందూ శ్రేణులు' కాషాయపు వాదనలు వదులుకుని ఆకుపచ్చకే సమ్మతి తెలిపాయి. ఈ సంఘటనకు అబిద్ హసన్ చలించిపోయాడు. ఆ క్షణం నుంచి తన పేరుకు 'శాఫ్రాన్' చేర్చుకున్నాడు.

'ఐఎన్ఎస్ ట్రయల్' అనంతరం సింగపూర్‌లో బ్రిటిషర్లకు ఖైదీగా చిక్కిన అబిద్ హసన్ శాఫ్రానీ 1946లో హైద్రాబాద్ వచ్చారు. కాంగ్రెస్‌లో చేరాడు. ముతాతగాదాలకు రోసిల్లాడు. 'బెంగాల్ ల్యాంప్ కంపెనీ' ఉన్నతోద్యోగిగా అవిభక్త భారతదేశంలోని కరాచీకి వెళ్లాడు. దేశవిభజన నేపథ్యంలో పాకిస్తాన్ నుంచి హైద్రాబాద్ వచ్చేసిన అరుదైన వ్యక్తి! భారత విదేశాంగశాఖలో ఉన్నతోద్యోగిగా చైనా – స్విట్జర్లాండ్ – ఇరాక్ – సిరియా – డెన్మార్క్ దేశాల్లో పనిచేశారు. 1969లో రిటైరైన తర్వాత హైద్రాబాద్‌కు విచ్చేసి దర్గాహుసేన్ షా వలి ప్రాంతంలో వ్యవసాయక్షేత్రం నెలకొల్పారు. జీవితాంతం బ్రహ్మచారి. ముగ్గురు బాలలను పెంచి ప్రయోజకులను చేశారు. అమెరికాలో ప్రఖ్యాత మ్యూజియాలజిస్ట్‌గా పేరు తెచ్చుకున్న షహబాజ్ శాఫ్రానీ ముగ్గురిలో ఒకరు. మరొకరు ఇస్మత్ మెహది, ఇంగ్లిష్ అండ్ ఫారెన్ లాంగ్వేజెస్‌లో అరబిక్ ఆచార్యులు. మలీహా కూడా ఎంచుకున్న రంగంలో రాణిస్తున్నారు. నడచిన నేలనంతా హరితమయం చేసి అబిద్ హసన్ శాఫ్రానీ 1984లో 73వ ఏట పరమపదించారు. గంధపు చెక్క అరిగిపోయినా పరిమళిస్తుంది కదా!

విధి' క్రీడలో ఓ సౌజన్యమూర్తి!

నిజాం హయాంలో ఆత్మ సాక్షిగా విధినిర్వహణ చేసిన అరుదైన వ్యక్తుల్లో మెహదీ అలీ ఒకరు. అలీఘర్‌లో విద్యాభ్యాసం చేసిన మెహదీ అలీ 24వ ఏట 1941లో హైద్రాబాద్ స్టేట్ సివిల్ సర్వీసెస్‌లో చేరారు. రాజ్యం పొగలు కక్కుతోన్న కాలం! ఖమ్మం జిల్లాలోని మధిరలో 1948లో డిప్యూటీ కలెక్టర్‌గా నియుక్తులయ్యారు. రజాకార్ల ఆగడాలకు హద్దుల్లేని రోజులు. ప్రభుత్వ వ్యవహారాల్లోను ప్రభావం చూపుతున్నారు.

ఒక సందర్భంలో రజాకార్లు రైలులో ఒక మార్వాడీ బృందాన్ని పట్టుకున్నారు. పచ్చళ్ల జాడీల్లో బంగారాన్ని స్మగ్లింగ్ చేస్తున్నారని అభియోగం

మోపారు. తనిఖీల్లో బంగారం లేదని తెలిసినా, డిప్యూటీ కలెక్టర్ హోదాలో వారిని విడిచి పెట్టమన్నా పోలీసులు రజాకార్ల వత్తిడి మేరకు 12 గంటల పాటు వ్యాపారులను హింసించారు. మెహదీ అలీ ఉన్నతాధికారి వరంగల్ కమిషనర్‌గా పనిచేస్తోన్న అరబ్ వ్యక్తి హబీబ్ మొహమ్మద్. మంచివాడే! రజాకార్ల ప్రభావం పెరిగేకొద్దీ కరడు తేలాడు, హిందువుల రక్తాన్ని

బంగాళాఖాతంలో కలిపేస్తా అనేంతగా! బాస్ అతి ధోరణి నచ్చకపోయినా కింది స్థాయి ఉద్యోగిగా మెహదీ అలీ ఏం చేయగలడు? భయవిహ్వాలమైన హిందూ మతస్తులు నైజాం స్టేట్ చుట్టూ ఉన్న ఇతర ప్రాంతాలకు వెళ్లడం మొదలుపెట్టారు.

అరబ్‌ల దోపిడీ!

తాలూకాల్లో జిల్లాల్లో నిజాం కోశాగారాన్ని అరబ్‌లు కాపలా కాసేవారు. ఖజానాపై కన్నేసేందుకు ఎవ్వరూ సాహసించనంత నిబద్ధతతో పనిచేసేవారు. పరిస్థితులు విషమిస్తోన్న కొద్దీ అరబ్ కాపలాదారులు తామే చట్టంగా వ్యవహరించారు. మధిరకు ఐదు కి.మీ దూరంలోని దిందుకూరు అనేగ్రామంపై ఒకరోజు అరబ్ కాపలాదారులు దాడి చేశారు. లూటీ. దోపిడీ. బలాత్కారాలు. మహిళల మంగళసూత్రాలు సైతం తెంపుకుపోయారు. మహిళలు మౌనప్రదర్శన చేసి, దుండగీళ్లపై చర్యతీసుకోవాలని మెహిదీ అలీని డిమాండ్ చేశారు.

పోలీసు స్టేషన్ మెహిదీ ఇంటి ఎదురుగానే ఉంది. ఆగడాలు చేసిన అరబ్‌లపై చర్యతీసుకోవాలని ఆ సమయంలో తన పక్కనే ఉన్న సంబంధిత పోలీసు అధికారి హబీబుల్లాతో అన్నాడు. ఊఁ కొట్టిన అధికారి, ఇతర పోలీసులు మిన్నకుండి పోయారు. రజాకార్లు లూటీ చేసిన సొమ్ముతో రైల్వేస్టేషన్లో స్వైర విహారం చేస్తూ రైలొచ్చాక తాపీగా వెళ్లిపోయారు. పోలీసులు మిన్నకుండి పోయారు.

క్షోభించిన మెహదీ అలీ పై అధికారి హబీబ్ మహ్మద్‌కు ఫిర్యాదు చేశారు. 'డిప్యూటీ కలెక్టర్ తన సోదర విశ్వాసులతో సవ్యంగా లేని నేపథ్యంలో అతడిని బదిలీ చేయాలని' కమిషనర్ హబీబ్ ప్రభుత్వానికి లేఖ రాశాడు. పద్ధతులు మార్చుకోపోతే 'విపరీత' పరిణామాలు ఎదుర్కోవాల్సి ఉంటుందని, 'అసహజ లైంగిక కృత్యాల కేంద్రా'నికి బదిలీ కావాల్సి ఉంటుందనే అంతరార్థంతో ఖాసిం రజ్వీ, మెహదీ అలీకి లేఖ రాశాడు. మెహదీ అలీకి బదిలీ అయ్యిందికూడా! అదే సమయంలో 'పోలీస్ చర్య' జరగడం వలన, హైద్రాబాద్ స్టేట్ స్వతంత్ర భారతంలో భాగమైంది. 'విపరీత పరిణామాల'ను ఎదుర్కొనే ప్రమాదం మెహదీ అలీకి తప్పిపోయింది!

ప్రమోషన్‌లకు ఫుల్‌స్టాప్!

హైదరాబాద్ స్టేట్ ఇండియాలో విలీనమైంది. మెహదీ అలీ డిప్యూటీ కలెక్టర్‌గా పనిచేస్తున్నారు. తనతో సహా ఎనిమిది మంది అధికారులకు కలెక్టర్‌గా పదోన్నతి రావాల్సిన లిస్ట్‌లో మెహదీ అలీ పేరు లేదు! పదోన్నతులందరూ హిందువులే! ముల్లా బాసిత్ అలీ ద్వారా తనకు జరిగిన అన్యాయాన్ని ప్రధానమంత్రి జవహర్‌లాల్ నెహ్రూను కలసి స్వయంగా వివరించారు. నెహ్రూ వెంటనే నమ్మలేదు. ఉత్తర్వుల కాపీ చూసి చీఫ్ సివిల్ అడ్మినిస్ట్రేటర్ బాక్లేకు వెంటనే ఫోన్ చేశారు. సంభాషణా సారాంశం ఏమిటి? 'గతంలో హిందువులకు జరిగిన అన్యాయాన్ని సరిచేయాలని ప్రయత్నించాం, సర్' అని బాక్లే సమాధానం! 'నిదానంగా వెళ్లండి, ప్రభుత్వం విచక్షణ చూపిస్తోందనే భావనను కలిగించకండి' అని నెహ్రూ హితవు పలికిన నేపథ్యంలో ఎనిమిది మందిలో ముగ్గురు ముస్లింలు (అందులో మెహదీ అలీ ఒకరు) కలెక్టర్లుగా నియుక్తులయ్యారు!

ఎదుగూ బొదుగూ లేని స్థితి!

కలెక్టరయ్యారు కాని, అక్కడ మెహదీ అలీ పదోన్నతులు ఆగిపోయాయి. తోటి వారంతా పదోన్నతులు పొందుతున్నారు. తనకు రావడం లేదు? కారణం! ప్రతిపాదనలపై ఉన్నతాధికారులు 'ఇతని విధేయతలు పలు రకాలు' అని రాసేవారు! రాజ్యపాలకుడైన నిజాం సైతం రజాకార్లకు జడిసిన వాతావరణంలో న్యాయం వైపు ధర్మం వైపు ఉన్న మెహదీ అలీ పట్ల స్వతంత్ర భారత ప్రభుత్వంలో మెజారిటీ మతానికి చెందిన ఉన్నతాధికారులది ఎంతటి అమానుష ధోరణి? పోలీస్ చర్య తర్వాత వేలాది ముస్లింలు పాకిస్తాన్ వెళ్లారు. తానలా వెళ్లలేదు. క్షుభితుడైన మెహదీ అలీ మౌనంగా ఉన్నాడు. 'విధి'విలాసంగా భావించారు! పదేళ్ల క్రితం పరమపదించారు. అంతకు కొన్నేళ్ల క్రితం ఎనభయ్యవ పడిలో ఉన్న మెహదీ అలీని కలుసుకున్నాను. ప్రశాంతంగా ఉన్నారు. గతంలో తాను అనుభవించిన క్లేశానికి సంబంధించిన ఆచూకీ ఎక్కడా కనపడలేదు. మత్సరాలను తొలగించుకోలేని మనుషులను క్షమించే దయాసాగరుని నవ్వు!

గ్రేట్ ఎస్కేప్!
పండ్ల బుట్టలూ! పరదా కార్లూ!

1666 ఆగస్ట్ 19

1950 మార్చి 03

శతాబ్దాల తేడా ఉన్న పై తేదీల సారూప్యత ఏమిటి? ఔరంగజేబ్ చెరసాల నుంచి ఛత్రపతి శివాజీ తప్పించుకున్న వైనం మొదటిది!

హైద్రాబాద్ స్టేట్ చివరి ప్రధానమంత్రి గృహనిర్బంధం నుంచి తప్పించుకున్న వైనం రెండవది! ప్రపంచ యుద్ధాల నేపథ్యంలో 'గ్రేట్ ఎస్కేప్స్' ఎన్నో! హైద్రాబాదీ ఘటన పూర్వాపరాలు...

మీర్ లాయక్ అలీ పారిశ్రామికవేత్త, ఇంజనీర్. ఆయనను 1947 డిసెంబర్ 1వ తేదీన హైద్రాబాద్ స్టేట్ (చివరి) ప్రధాన మంత్రిగా

నిజామ్ నియమించాడు. హైద్రాబాద్‌లో నివసించే లాయక్ అలీని యునైటెడ్ నేషన్స్‌లో తమ దేశపు అధికారిక ప్రతినిధిగా పాకిస్తాన్ నియమించింది. 'పోలీస్ చర్య' ఫలితంగా 1948 సెప్టెంబర్‌లో హైద్రాబాద్ ఇండియన్ యూనియన్‌లో విలీనమైంది. హైద్రాబాద్ స్టేట్ చివరి ప్రధాని, పాకిస్తాన్ దౌత్యవేత్త అయిన లాయక్ అలీని బేగంపేటలోని ఓ విశాలమైన ఇంట్లో (ఇప్పటి అమృతా మాల్) భారత ప్రభుత్వం నిర్బంధించింది. కాలం గడుస్తోంది. 1950 జనవరి 26న గణతంత్రరాజ్యంగా ఇండియా ఆవిర్భవించింది. లాయక్ భవిష్యత్ అగమ్యం! పాకిస్తాన్‌కు తరచూ వెళ్లివచ్చే న్యాయవాది అబ్దుల్ కువీ, అలీ భార్య, చెల్లెలుతో కూడబలుక్కుని తప్పించుకునేందుకు ప్లాన్ వేశారు. పాకిస్తాన్‌కు వెళ్లేందుకు 'అవసరమైన అన్ని డాక్యుమెంట్లు తయారు చేశారు!'

లాయక్ అలీ 'అనారోగ్యం'!

తనకు కడుపునొప్పి అని ఆగ్రా జైలు సిబ్బందిని నమ్మిస్తాడు ఛత్రపతి శివాజీ! తన ఆరోగ్యం 'బాగు' చేసిన వైద్యులకోసం, జైలు సిబ్బంది కోసం పెద్ద పెద్ద గంపలలో పండ్లు తెప్పించుకుంటాడు. అనుకూలమైన సమయం కోసం వేచి ఉంటాడు! ఖాళీ పండ్ల గంపలలో తాను, తన కుమారుడు ఆగ్రా నుంచి తప్పించుకుంటారు. ఈ ఉదంతంలో 'అనారోగ్యం' చిట్కా లాయక్ అలీ బృందానికి నచ్చి ఉంటుంది. అధికారులు చరిత్ర చదవరని వారికి తెలుసు! తన భర్తకు అనారోగ్యంగా ఉందని లాయక్ అలీ భార్య టాంటాం వేసింది! లాయక్ మంచం ఎక్కాడు! రోజూ ఆరుపులు, ప్రార్థనలు, వచ్చిపోయేవారు! బంజారాల నాట్యబృందంతో వచ్చే సందర్శకులు కాపలా సిబ్బందికి పండ్లు, స్వీట్లు, ఇతర ఆకర్షణీయ వస్తువులూ అందజేసేవారు. సిబ్బంది ఆడుతూ పాడుతూ ఆనందంగా డ్యూటీ చేస్తున్నారు. ఈ నేపథ్యంలో లాయక్ సమీపబంధువుల వివాహం ఉందని ఒక వాహనాన్ని తెప్పించారు. నిర్బంధ గృహం నుంచి కొన్ని వస్తువులను పాకిస్తాన్‌కు పరదాలు కట్టిన వాహనంలో తరలించారు.

పరదా కారు!

బేగం సాహెబా ఆరోగ్యం బాగోలేదని వెంటనే డాక్టర్ దగ్గరకు వెళ్లాలని ఒక పరిచారిక గార్డులతో నమ్మపలికింది. బెడ్‌పై దిండ్లు అమర్చి లాయక్ 'గృహం'లోనే ఉన్నారనే వాతావరణాన్ని బేగం కల్పించారు. బేగం సాహెబా కాపలాదారుల కంటపడకుండా దాక్కుంది. కారు పోర్టికోలోకి రాగానే నిశ్శబ్దంగా అలీ కారులోకి చేరాడు. కారులో సీదా తన చెల్లెలు ఇంటికి వెళ్లాడు. మరోకారులో న్యాయవాది ఇంటికి తనే డ్రైవ్ చేసుకుంటూ వెళ్లాడు. అసలు కారు చెల్లెలు ఇంటి నుంచి 'గృహోన్ముఖం' అయ్యింది. బేగం సాహెబా మందులతో కారులో వచ్చేశారహో అంటూ సిబ్బంది హల్‌చల్ చేశారు. దాక్కున్న చోటునుంచి బేగం సాహెబా లాయక్ అలీ డమ్మీ పడక వద్దకు వచ్చి, బెడ్‌షీట్స్ మార్చారు. డాక్టరుగారు మందులు మార్చారు, విశ్రాంతి తీసుకోండని పరిచారికలు వినేలా జనాంతికంగా చెప్పింది! తాను సిద్ధం చేసిన పరదా కారులో న్యాయవాది, లాయక్ అలీ, అతని కుమారుడు, చెల్లెలు గుల్బర్గావైపు దూసుకుపోతున్నారు! నగర పొలిమేరలు దాటాక పరదాలు తొలగించి సిటీ శివారు ప్రాంతాలను లాయక్ అలీ చివరిసారి చూశాడు!

సికింద్రాబాద్ నుంచి ముంబై వెళ్లేందుకు రైలులో నాలుగు బెర్త్‌లున్న ఫస్ట్‌క్లాస్ కంపార్ట్‌మెంట్ బుక్కై ఉంది. ప్రయాణికులు గుల్బర్గలో ఎక్కుతారనడంతో ఇతరులెవరూ ఎక్కకుండా కంపార్ట్‌మెంట్‌ను రిజర్వ్ చేశారు. గుల్బర్గా దర్గాలో ప్రార్థనలు చేసి, సాధువుల దర్శనం చేసుకుని నలుగురూ రైలెక్కారు! గులాం అహ్మద్ పేరుతో విమానం ఎక్కిన లాయక్ అలీ ముం'బై' నుంచి పాకిస్తాన్ చేరుకున్నారు. లాయక్ అంటే నైపుణ్యం, అని గుర్తు చేస్తూ!

కారు తోసిన పోలీసు పెద్ద!

ఇక్కడ హైద్రాబాద్‌లో వేళ తప్పకుండా దిండ్లూ, షద్దర్ల రూపంలో నిదురించిన 'లాయక్ అలీ'కి బేగం మందులను అందిస్తున్నారు. చివరి ప్రధానమంత్రి ఆరోగ్యం కోసం వైద్యులు, సందర్శకులు, ప్రార్థనలూ షరామామూలు! తనకు విశ్వసనీయులైన అరబ్ సర్వెంట్‌కు బేగం కొత్త కరెన్సీ కట్టలను పుష్కలంగా అందజేశారు! ఫలానా ఫలానా వారికి ఆదివారం ఇవ్వవలసినదిగా సూచించి, తన సోదరుని ఇంటికి కారులో వెళ్లారు. అక్కడ నుంచి ముంబైకి వెళ్లేందుకు పరదాకారులో బేగంపేట బయలుదేరారు! ఎయిర్‌పోర్ట్‌లోకి వెళ్లడమే తరువాయి! కారు మొరాయించింది. డ్రైవర్ కారు దిగి, స్టీరింగ్ తిప్పుతూ నెడుతున్నాడు! వెనుక కారులో ఇన్‌స్పెక్టర్ జనరల్ ఆఫ్ పోలీస్, జైట్లీ! పరదాకారులో నగరప్రముఖులు ఇబ్బందిపడుతున్నారనే కారుణ్యంతో కిందకు దిగి 'హైలెస్సా' అన్నారు! ఆయన కుటుంబం 'ఎస్.ఎస్.సబర్మతి' అనే పడవలో ముంబై నుంచి కరాచీ చేరుకుంది. లాయక్ అలీని కలుసుకొంది.

పాకిస్తాన్ రేడియో ఉవాచ!

పాకిస్తాన్‌లోని ఇండియా హౌస్‌లో ఒక విందులో లాయక్ అలీ కన్పించారని తొలిసారిగా పాకిస్తాన్ ఆకాశవాణి ప్రతిధ్వనించింది! 'ఇది నిజమా?' అని అక్కడి భారత రాయబారి శ్రీ ప్రకాశ, కేంద్ర హోంమంత్రి వల్లభభాయ్ పటేల్‌కు ఫోన్ చేశారు! 'లేదే' అన్నారు ఉక్కుమనిషి! విచారించగా 'కట్టుకథ' వెల్లడైంది! లాయక్ అలీ శ్రీమతి, సోదరి షౌకత్ ఉన్నీసా, న్యాయవాదిపై, కొందరు అధికారులపై, ఉద్యోగులపై ప్రభుత్వం

కేసు పెట్టింది. భారత ప్రభుత్వం గణతంత్ర రాజ్యం అయిన నేపథ్యంలో, పూర్వరంగంలోని వ్యక్తులపై చేసిన అభియోగాలు పరిశీలించలేమని కోర్టు చెప్పింది!

న్యూయార్క్ నగరంలో ఉదయం పూట ప్రార్థన చేస్తూ మరణించిన అతడి పార్థివ దేహాన్ని సౌదీ అరేబియాలోని మదీనాకు తరలించి విశ్రమింపజేశారు!

ఆజ్ జానే కి జిద్ న కరో!

ఇక్కడే పుట్టి పెరిగాను.
అయినా ఈ నేల నాది కాదు!
ఇక్కడ వేర్వేరు భాషలు మాట్లాడతారు.
నా మతస్తులందరూ అక్కడ ఒకే భాష మాట్లాడతారు!
అదిగో 'స్వర్గ రాజ్యం'!

ఈ తరహా భావనలు ఎటువంటి వాస్తవాలను అనుభవంలోకి తెచ్చి ఉంటాయి? హైద్రాబాద్ సంస్థానపు హోదా కోల్పోయింది. భారత యూనియన్‌లో విలీనం అవుతోంది! ఆ దశలో పాకిస్తాన్‌కు వెళ్లాడు నిజాం రాజకీయ కార్యదర్శిగా పనిచేసిన నవాబ్ హఫీజ్ యార్‌జంగ్! ఆయన తొలినాళ్ల అనుభవాలు ఆసక్తికరం!

ఇండియానుంచి పాకిస్తాన్‌కు శరణార్థులుగా వచ్చిన వారి కోసం కరాచీకి సమీపంలోని నజీమాబాద్ అనే పట్టణంలో తాత్కాలిక నివాసాలు ఏర్పాటు చేశారు. హైద్రాబాద్ స్టేట్‌లో తన కేడర్ కంటే తక్కువస్థాయి ఉద్యోగాన్ని నవాబ్ హఫీజ్ యార్‌జంగ్‌కు పాకిస్తాన్‌లో ఇచ్చారు. అక్కడి స్థానికులు సింధీ మాట్లాడతారు. ఇండియానుంచి వచ్చిన శరణార్థులు మాత్రమే ఉర్దూ మాట్లాడతారు. ఈ కొత్తవాళ్లను 'ముజాహిర్స్' అనే పేరుతో ఈసడింపుగా చూస్తున్నారు. మహ్మద్ ప్రవక్త కూడా ముజాహిరే! తన పూర్వీకుల పట్టణం మక్కానుంచి మదీనాకు వలస వెళ్లారు. ఒక పవిత్ర దేశాన్ని స్థాపించేందుకు ఉన్న ఊరును ఆస్తిపాస్తులను ప్రవక్త, ఆయన అనుయాయులు వదలి వేశారు! ఆ ధార్మికస్ఫూర్తితో పాకిస్తాన్ (పవిత్ర దేశం) ఏర్పడుతోందని విశ్వసించిన వారు ఆశోపహతులు కాక తప్పలేదు!

పాకిస్తాన్ సచివాలయంలో నవాబ్ హఫీజ్ ఖాన్‌ను 'ఆ ముజాహిర్, అదే ఆ హైద్రాబాద్ దక్కనీ...' అనేవారు. సింధ్‌లో హైద్రాబాదే అసలైనదని వారి ఉద్దేశ్యం. 'ముజాహిర్స్'లోనూ అంతరాలున్నాయి. ఉత్తరప్రదేశ్, తూర్పు పంజాబ్ నుంచి వచ్చిన వారు వీరులు! శూరులు! ఇతరుల కంటె ఒక మెట్టు పైన! ప్రథమశ్రేణి! వీరితో పోలిస్తే హైద్రాబాద్ (దక్కనీయులు) నుంచి వచ్చిన వారు తక్కువ మంది! వీరిని తక్కువగా చూసేవారు! మాట తీరును బనాయించేవారు! మంజూర్ ఖదీర్ అనే తన పై అధికారితో నవాబ్ హఫీజ్ యార్ జంగ్ తొలి సంభాషణ ఇందుకు ఉదాహరణ :

మంజూర్ ఖదీర్ : నీవు దేనికి నవాబువు?(హఫీజ్‌కు ఏమీ అర్థం కాలేదు. షేర్వాణి గుండీలను తడుముకున్నాడు) నీకు ఎక్కడో జాగీర్ ఉండి ఉంటుంది? ఆ జాగీర్ ఎక్కడుందో తెలుసుకుందామని!

హఫీజ్ : కాస్తో కూస్తో జాగా ఉండేది, హైద్రాబాద్‌లో. నవాబ్ అనే పేరు నిజాం ఇచ్చిన బిరుదు మాత్రమే!

మంజూర్ : 'ఓహో నువ్వు జమీలేని జమీందారువా? ఇంగ్లాండ్‌లో లార్డ్ 'లాక్ ల్యాండ్' అంటారే భూమిలేని ప్రభువ్వన్నమాట! (తెరలు తెరలుగా నవ్వుతూ)

హఫీజ్ : 'అవునయ్యా, అలా అనుకోవచ్చు! ఢిల్లీనుంచి లక్నోకు

వలస వచ్చిన కవి మీర్ తాఖీ మీర్ 'వైభవోజ్వల నగరి నుంచి ఇచ్చోటికి వలసవచ్చాను' అన్నాడు కదా, నా పరిస్థితీ అదే...

మంజూర్ : అవునూ, నేను మీ హైద్రాబాద్ ఎప్పుడూ చూడలేదులే! నిజాం గురించి చాలా చాలా విన్నాను. చాలా అందమైన ఆడవాళ్లుంటారట! నీలోఫర్ మరీ అందగత్తెట? నిజాం కోడలని విన్నాను. నిజమా?

హఫీజ్ : అలాకాదు... (నీళ్లు నములుతూ మౌనంగా ఉండి పోయాడు)

అల్ హజ్రత్ (మహాప్రభువు)గా తాము భావించే నిజాంను ఇలా అంటారా? ఆయనిప్పుడు ప్రభువు కాదుకదా! లాఫింగ్ స్టాక్! తాను మాత్రం? నవాబ్ హఫీజ్ అహ్మద్ యార్‌జంగ్! నవాబ్ కాదు కదా కనీసం సాహెబ్ అని పిలిచేవారేరి? ఇది తన దేశం కాదు. ఇక్కడ తన భాష మాట్లాడరు. సింధీలు-బలూచియన్స్-ఫస్తూస్-పంజాబీలకు ఉర్దూ పరాయి భాష! ఇంతకీ తాను ఇక్కడకు ఎందుకు వచ్చినట్లు?!

కరాచీలో గజల్ కార్యక్రమాలుంటే తనకు ఆహ్వానాలు వచ్చేవి. (ఫరీదా ఖనూమ్ (గజల్ రాణి) వంటి ఆ తరపు గాయనీమణులు ఎనభయ్యవ పడిలో ఇప్పటికీ కరాచీ సంగీతాభిమానులను అలరిస్తోనే ఉన్నారు.) ఓ రోజు సాయంత్రం మున్నీ బేగం అనే వర్ధమాన గాయకి ఫయాజ్ హష్మీ గజల్‌ను పాడుతోంది! హైద్రాబాద్ నుంచి వస్తోండగా తన ప్రాణసఖి సకీనా అన్నమాటలు గుర్తొస్తున్నాయి. 'స్వర్గం ఇక్కడే ఉంది. మనం కలసి ఉన్నన్నాళ్లూ ఉంటుంది. విడిపోయామా అదృశ్యమవుతుంది. మరెక్కడకో వెళ్లి వెతక్కు' అని హితవు పలకడం, ఆమె హైద్రాబాద్‌లోనే ఆగి పోవడం, చివరి క్షణం వరకూ తననూ ఆపేందుకే ప్రయత్నించడం గుర్తొచ్చింది. ఆమె మాటల సారాంశం గజల్ రూపంలో ప్రవహిస్తోంది...

ఆజ్ జానేకి జిద్ న కరో..

(నేడు వెళ్తానని మారాము చేయకూ..)

హఫీజ్ అనే హైద్రాబాదీ రాక్ కరిగి నీరవుతోంది...

నెహ్రూ విమర్శ: మధురమైన జ్ఞాపకం!

మతము, భాష మనుషులను కలిపి ఉంచలేవని, సంస్కృతి మాత్రమే ఆ పని చేయగలదని నా జీవితం నేర్పింది. శరణార్థిగా ఇక్కడకు వచ్చిన నన్ను, నా కుటుంబాన్ని, లక్షలాది ఆశ్రితులను భారతీయ సమాజం కొద్దిరోజుల్లోనే తమ వారిగా మలచుకుంది. ఆంధ్రరాష్ట్రంలో అధికారిగా, పూర్వ ఆంధ్రప్రదేశ్‌లో సమాచార-ప్రజాసంబంధాల డైరెక్టర్‌గా ఇక్కడి నా జీవితం నిత్యనూతనంగా గడచింది.

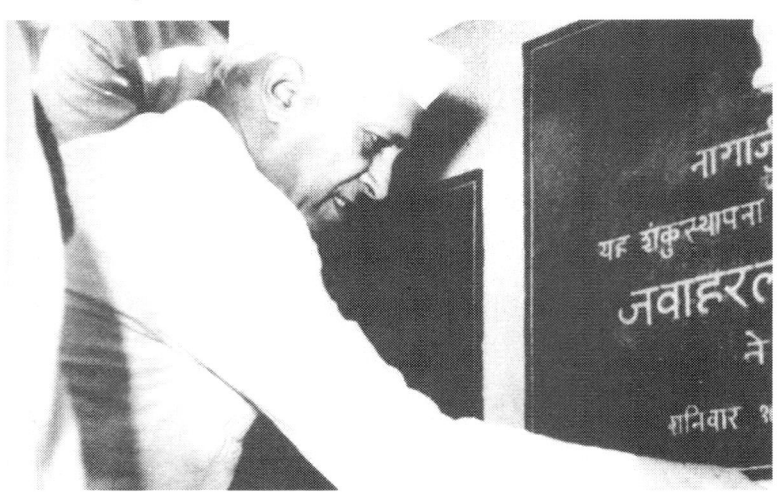

నాలుగు భాషల్లో ఆంధ్రప్రదేశ్!

తెలుగు-ఉర్దూ-హిందీ-ఇంగ్లిష్ భాషలలో ప్రముఖులతో వ్యాసాలు రాయించి ఆంధ్రప్రదేశ్ పత్రికను నాలుగు భాషల్లో తెచ్చాను. అప్పట్లో ప్రముఖ పత్రికలు ఇచ్చే పారితోషికాలకంటే అదనంగా ఆంధ్రప్రదేశ్ పత్రిక వ్యాసకర్తలు, ఇతర కంట్రిబ్యూటర్స్ పారితోషికాన్ని పొందేవారు. నాలుగు భాషల రచయితలు, వ్యాసకర్తలకు వెరసి, 37,000 రూపాయలను నెలనెలా చెల్లించేవారం! ఆంధ్రప్రదేశ్ పత్రికను అప్పటి ఇతర పత్రికలూ ప్రశంసించాయి! విజయవాడలో బుక్ ఎగ్జిబిషన్స్ జరిగితే ఆంధ్రప్రదేశ్ పత్రిక తరఫున ఒక స్టాల్‌ను తీసుకున్నాం. వామపక్షభావాల కేంద్రంగా ఉన్న విజయవాడలో కాంగ్రెస్ ప్రభుత్వపు పత్రికను ఆదరిస్తారా? అని మంత్రివర్యులు అనేవారు! భిన్నాభిప్రాయాన్ని వ్యక్తీకరించడమే కదా ప్రజాస్వామ్యం అనిన నా అభిప్రాయాన్ని గౌరవించి స్టాల్ ఏర్పరిచారు. పత్రికలో రాష్ట్రమంత్రివర్గం ఫొటో ఒక్కటంటే ఒక్కటే ప్రచురించేవారం. మిగిలిన అంశాలన్నీ సామాజికమే! అటువంటి వాతావరణంలో ఒక విమర్శ గురించి ప్రస్తావిస్తాను!

నందికొండ-నాగార్జునసాగరం

వరదలను నివారించడం, కృష్ణానదికి ఇరుప్రాంతాలలోని మెట్ట ప్రాంతాలకు తాగు నీరు అందించడం, విద్యుత్‌ను ఉత్పత్తి చేయడం తదితర బహుళ అర్థాలను సాధించేందుకు నాగార్జునసాగర్ బహుళార్ధ సాధక ప్రాజెక్ట్ నిర్మాణాన్ని తలపెట్టారు. 1955 డిసెంబర్ 10వ తేదీన నల్లగొండ జిల్లాలోని పైలాన్‌లో ప్రథమ ప్రధానమంత్రి జవహర్‌లాల్ నెహ్రూ ఈ ప్రాజెక్ట్‌కు శంకుస్థాపన చేశారు. అప్పట్లో ఈ ప్రాజెక్ట్‌ను నందికొండ ప్రాజెక్ట్ అనేవారు. ఆంధ్రరాష్ట్రం-హైద్రాబాద్ స్టేట్ కలసి ఆంధ్రప్రదేశ్‌గా ఏర్పడిన తొలినాళ్లలో ఈ ప్రాజెక్ట్‌ను నాగార్జున సాగర్ ప్రాజెక్ట్‌గా మార్చారు. ఆచార్య నాగార్జునుడు ఈ ప్రాంతం వాడే! బౌద్ధధర్మాన్ని, వజ్రయానాన్ని ప్రాచుర్యంలోకి తెచ్చారు! ఆధునిక మానవతా దేవాలయంగా తాను అభివర్ణించిన నాగార్జునసాగర్ ప్రాజెక్ట్ నిర్మాణగతిని ప్రధాని నెహ్రూ ప్రత్యేకంగా గమనించేవారు.

శ్రామికుని ప్రమిద!

మహాత్మాగాంధీ ఆశించిన గ్రామస్వరాజ్యాన్ని సాధ్యం చేయాలనే తలంపుతో 1959 అక్టోబర్ 2న రాజస్తాన్‌లోని నాగూర్‌లో దేశంలో తొలి గ్రామ పంచాయతీ సమితిని ప్రధానమంత్రి నెహ్రూ ప్రారంభించారు. మరుసటి వారం అక్టోబర్ 11 దసరా నాడు రాష్ట్రంలో తొలి పంచాయతీని షాద్‌నగర్‌లో ప్రారంభించారు. అప్పారెడ్డి ఆ గ్రామ పంచాయతీ అధ్యక్షుడు. ఈ కార్యక్రమం అనంతరం ప్రధాని నెహ్రూ తనకెంతో ఇష్టమైన నాగార్జునసాగర్‌ను సందర్శించారు. అక్కడ ఆనకట్టను వాటర్ క్యూరింగ్ చేస్తోన్న ఒక శ్రామికుడిని ఆయన పలకరించారు. ఆ శ్రామికుడు నెహ్రూతో 'ఇది నీవు వెలిగించిన దీపం' అన్నారు. ఇతను ఏమంటున్నాడు? అని నెహ్రూ ముఖ్యమంత్రి సంజీవరెడ్డిని అడిగారు. 'ఇట్ వజ్ ల్యాంప్ లైటెన్డ్ బై యు' అని సంజీవరెడ్డి ఇంగ్లిష్‌లో చెప్పారు! ఆ మాటను వింటున్నప్పుడు నెహ్రూ మోములో వెలిగిన దీపాన్ని నేను గమనించాను! శ్రామికుని గుండెలోతుల్లోంచి వచ్చిన మాట కదా! నా శరీరమూ పులకరించింది!

'మనం మన జీవితాల్లో కొత్త దీపాలను వెలిగిస్తామా? లేక ఉన్న దీపాలను, వెలుతురులను ఆర్పేస్తామా! కొత్త వెలుతురులు ప్రసరించడం ద్వారా మనం మన జీవితాలను అర్థవంతం చేసుకోవాలి...' అని నెహ్రూ వివిధ సందర్భాల్లో అన్నారు కూడా! సరే, ఆంధ్రప్రదేశ్ తరువాత సంచికకు కంటెంటూ దొరికిందని నేను అదనంగా ఆనందించాను!

పీఎంవో నుంచి 'దీపపు సెగ'!

రాష్ట్రంలోని కాంగ్రెస్ ప్రభుత్వం, కేంద్ర ప్రభుత్వమూ సమాజాభ్యుదయానికి తోడ్పడే ఎన్నెన్నో కొత్త కార్యక్రమాలను, ప్రాజెక్టులను చేపడుతోంది అనే భావనతో ప్రభుత్వం 'ఎన్నో కొత్త దీపాలను వెలిగిస్తోంది' అని ఒక ప్రకటనను కవితాత్మకంగా రూపొందించాను. ప్రధానమంత్రితో శ్రామికుడు అన్నమాటలను వగైరా..వగైరా ఉదహరించాను. ఆంధ్రప్రదేశ్ పత్రికలో రాష్ట్రప్రభుత్వం తరఫున ప్రచురితమైన ఆ ప్రకటనకు ఎన్నో ప్రశంశలు వచ్చాయి!

ఒక రోజు ప్రధానమంత్రి కార్యాలయం (పీఎంవొ) నుంచి ఫోన్ వచ్చింది. ఆయన కార్యదర్శి క్లుప్తంగా నాతో ఒక్కమాట అన్నారు. ఏమని? ప్రైమ్ మినిస్టర్ డస్ నాట్ లైక్ టు యూస్ హిస్ నేమ్ ఇన్ అడ్వర్టయిజ్ మెంట్స్ (ప్రధానమంత్రి తన పేరును ప్రకటనలలో వాడడాన్ని ఇష్టపడరు)!

ఈ విమర్శ నా జీవితంలో మధురమైన అనుభవం!

ఆదేశాల్లో ఆహా ఓహోలు!

నాగార్జునసాగర్ డామ్ నిర్మాణ పనులను పరిశీలించడం ప్రధానమంత్రి నెహ్రూకు ఎంతో ఇష్టం అని చెప్పుకున్నాం కదా. కాసు బ్రహ్మానందరెడ్డి ముఖ్యమంత్రిగా ఉండగా ఒకసారి నెహ్రూ డ్యాంకు వచ్చారు. 'కండలను కరగదీస్తూ బండలను విసిరి వేస్తోన్న' శ్రామికులను పారవశ్యంగా చూస్తున్నారు. 'మీ దినసరి కూలీ ఎంత?' అని అడిగారు. 'ముప్పావలా' అని చెప్పారు. 'మంచి మొత్తమే' అన్నారట బ్రహ్మానందరెడ్డి. ఆ మాటకు నొచ్చుకున్న శ్రామికులు ముఖ్యమంత్రి మీద కలబడ్డంత పని చేశారట. రోజు కూలీని రూపాయి పావలా చేయమని నెహ్రూ ఆదేశించడంతో కార్మికులు 'బ్రహ్మానంద'పడ్డారట! పాలకులు అప్పట్లో వ్యవహరించిన తీరు ఇప్పుడు హాస్యంగా అన్పించడం సహజం. ఇప్పుడు సాధారణంగా భావిస్తోన్న అంశాలు భవిష్యత్తులో నవ్వుతెప్పిస్తాయేమో! ఈ నేపథ్యంలో నిజాంల హయాంలో కొన్నిఆదేశాలను గుర్తుచేసుకుందాం!

తప్పు చేసిన మేలు!

నిజాం హయాంలో కూడా ఉపాధి కోరుకునేవారు పేర్లను నమోదు చేసుకునే విధానం ఉండేది. అలా నమోదు చేసుకున్న వారు రేపటి ఉద్యోగాలకు 'అభ్యర్థులు'! వీళ్లకు పనిచెప్పే వారు. జీతం గీతం ఉండేది కాదు. ఉద్యోగం ఖాళీ కాగానే ఇచ్చేవారు. అభ్యర్థుల్లో ఒకరు రాసిన 'నోట్ ఫైల్' అపార్థానికి దారితీసేదిగా తప్పుల తడకగా ఉండడాన్ని మొదటి

సాలార్‌జంగ్ గమనించారు. సదరు 'రచయిత'కు పది రూపాయలు జరిమానా విధిస్తూ, జీతంలోంచి మినహాయించుకోవాలని 'నోట్ ఫైల్'పై ఆదేశించారు. 'అభ్యర్థి'కి జీతభత్యాలు లేనందువలన జీతంలో మినహాయించుకోలేమని సాలార్‌జంగ్‌కు తిరుగు టపాలో ఆ తప్పుల తడక చేరింది! 'అయితే వాడిని ఏదో ఒక ఉద్యోగంలో నియమించి జరిమానా వసూలు చేయండి' అని మరొక ఆదేశం!

కాదనేందుకు నిజాం ఎవరు?!

ఫలక్‌నుమ ప్యాలెస్‌లో నివసించిన ఆరవ నిజాం మెహబూబ్ అలీఖాన్ మహా ఉదారుడు! వృద్ధుడైన ఆయన వ్యక్తిగత సేవకుడు తన అనారోగ్యాన్ని, ఈతి బాధలను ప్రభువుకు చెప్పుకున్నాడు. ఇతడికి నెలకు ఎనిమిది రూపాయల పెన్షన్‌ను జీవితాంతం ఇవ్వండి అని ఆదేశాలు ఇచ్చారు. ఆమేరకు ఉత్వర్వు సిద్ధమైంది. నిజాం సంతకం చేయడమే తరువాయి. ఎనిమిది అనే సంఖ్య దగ్గర లేఖకుని పొరపాటు వలన సున్నా చేరి '80'గా మారింది. క్లర్క్ క్షమాపణలు చెప్పాడు. మరో కాపీ తెస్తానన్నాడు. 'విశ్వాసుడైన ఆ సేవకునికి 80 రూపాయలు ఇవ్వాలని రాసిపెట్టి ఉంటే కాదనడానికి మనమెవ్వరం?' అన్నాడు నిజాం! ఆ సేవకుడు జీవితాంతం రాజభోగాలు అనుభవించాడు!

పోలీసు కమిషనర్‌కు ఫైన్!

ఆరవ నిజాం దగ్గర నవాబ్ సహేబ్ జంగ్ హెూం మంత్రి. అక్బర్‌జంగ్ సిటీపోలీస్ కమిషనర్. ఏదో విషయమై సిటీపోలీస్ కమిషనర్ హెూం మంత్రితో వాదులాడాడు. నీ పని ఇలా ఉందా అనుకున్నాడేమో ఒక రూపాయి జరిమానా విధించాడు. అక్బర్‌జంగ్ సహజంగానే అప్సెట్

అయ్యాడు. తనకు విధించిన శిక్ష గురించి నిజాంకు మొరపెట్టుకున్నాడు. మరుసటి రోజు సహాబ్ జంగ్ నిజాం సందర్శనకు వెళ్లినపుడు 'కమిషనర్ నా విశ్వాసపాత్రుడు, హితైషుడు. అటువంటి వ్యక్తికి జరిమానా విధిస్తారా' అన్నాడు. అయ్యో అలాగా అని నిజాంకు క్షమాపణ చెప్పాడు సహాబ్ జంగ్. తన నిర్ణయాన్ని పునఃపరిశీలిస్తానన్నాడు. ఆఫీసుకు వచ్చి సంబంధిత ఫైల్ తెప్పించుకున్నాడు. 'జరిమానాలో సగం చెల్లించబడింది. సంబంధిత వ్యక్తిని అర్ధరూపాయి చెల్లించనివ్వండి' అని రాశాడు!

'బల్లె' ఇంక్రిమెంట్!

ఆరవ నిజాం మహబూబ్ అలీఖాన్ (1866-1911) ఉదారుడు. విద్యాధికుడు. వేటగాడు. అశ్వికుడు. ఆయన స్థాపించిన 'నిజాం స్కాలర్‌షిప్ ట్రస్ట్' సహాయంతో కవికోకిల సరోజినీ నాయుడు ఇంగ్లండ్‌లో చదువుకున్నారు. అదలా ఉంచితే.. ఆరవ నిజాం సైన్యాధికారి నవాబ్ అఫ్సర్ జంగ్. ఈయన క్రింద 'రిసాల్దార్ మేజర్'గా రెహమాన్‌ఖాన్ అనే వ్యక్తి బల్లెపు పోటుగాళ్ల మూడవ దళంలో పనిచేసేవాడు. పురానీ హవేలీలో నివసించే ఆరవ నిజాంను సందర్శించేందుకు వెళ్లే అఫ్సర్‌జంగ్‌కు అశ్వికుడైన రెహమాన్‌ఖాన్ పైలెట్! ఓ పర్యాయం నిజాం నివసించే ప్యాలెస్ ప్రాంగణంలో రెహమాన్‌ఖాన్ గుర్రంపై స్వారీచేస్తున్నాడు, వాయువేగంగా! గుర్రపు వేగానికి పొడవాటి తెల్లటి గడ్డం గాలిలో నైరూప్యచిత్రాలను చూపుతోంది! 'సెలయేళ్లుగా ప్రవహిస్తోన్న తెల్లటి గడ్డా'న్ని నిజాం తన భవంతి నుంచి చూసి అబ్బురపడ్డాడు! రెహమాన్‌ఖాన్ గడ్డం పోషణకు ఆజీవన పర్యంతం నెలకు పదిరూపాయల ఇంక్రిమెంట్‌ను మంజూరు చేస్తూ ఉత్వర్వు జారీ చేశారు! రెహమాన్‌ఖాన్ తన గడ్డాన్ని ప్రేమగా నిమురుకున్నాడు, చివరి శ్వాస వరకూ!

ఆ ప్రధాని ప్రజల మహారాజు!

'ఆదేశాల్లో ఆహో ఓహోలు...' వరుసలో ఇమడని ఒక పత్రం ఉంది! తన ప్రధానమంత్రి కిషన్ ప్రసాద్ చేసిన వ్యక్తిగత 'రుణాన్ని మాఫీ' చేస్తూ నిజాం సంతకం చేశాడు. ఈ వైనం తదుపరి ముచ్చటించుకుందాం. అంతకు ముందుగా, కిషన్ ప్రసాద్ బహదూర్‌ను స్మరించుకుందాం! ప్రజల మహారాజుగా ఆయన కీర్తించబడ్డాడు. నిజాంలూ అందుకు అసూయ చెందలేదు. కిషన్ ప్రసాద్ (1864 జనవరి 1-1940 మే 13) మరికొంత కాలం జీవించి ఉంటే ఉపఖండం చరిత్ర మరోలా ఉండేది!

కిషన్ ప్రసాద్ బహదూర్ పూర్వీకులు అక్బర్ చక్రవర్తికి ఆర్థిక మంత్రిగా పనిచేసిన తోడర్ మల్ వారసులు! కిషన్ ప్రసాద్ హైద్రాబాద్ స్టేట్‌లోనే జన్మించారు. ఆయన తాతగారు చందులాల్ హైద్రాబాద్ స్టేట్ ప్రధానమంత్రిగా పనిచేశారు. మొదటి సాలార్‌జంగ్‌తో, ఆరవ నిజాం మహబూబ్ అలీఖాన్‌తో కిషన్ కలసి మెలసి పెరిగారు. ఆరవ నిజాం నూనూగు మీసాల వయసులోనే రసికుడు! విచ్చలవిడి స్త్రీ సాంగత్యం మంచిది కాదని బ్రిటిష్ రెసిడెంట్ వత్తిడి చేయడంతో ఆరవ నిజాంను పురానీ హవేలీకి మార్చారు. వారానికి ఒక పర్యాయం మాత్రమే యువతులను కలిసే షరతుతో!

కిషన్ ప్రసాద్ స్వయంగా కవి. షాద్ (సంతుష్టుడు) అనే కలం పేరుతో కవితలు రాశారు. సంస్కృతం, పర్షియన్,అరబిక్,ఉర్దూ, గురుముఖి,

ఇంగ్లిష్ భాషలలో పండితుడు. ప్రథమ భారత స్వాతంత్ర్యోద్యమం (సిపాయిల తిరుగుబాటు) నేపథ్యంలో ఉత్తరాది అల్లకల్లోలం అయ్యింది. ప్రఖ్యాత ఉర్దూ కవి ఫానీ బదయూని ఇబ్బందుల్లో ఉన్నాడని తెలుసుకుని ఆయనను అవథ్ ప్రాంతం నుంచి 'షాద్' పిలిపించారు. ఇక్కడ అధ్యాపకునిగా ఉద్యోగం ఇప్పించారు. కిషన్ ప్రసాద్ నివాసం నిత్యం ముషాయిరాల (కవితా గోష్టుల)తో కళకళలాడేది. నిజాంలు తాము రాసిన కవితలను కిషన్ ప్రసాద్ ముషాయిరాల్లో మాత్రమే చదివేందుకు పంపేవారు. అలా వచ్చిన కవితలను సగౌరవంగా నుదుటికి తాకించుకుని కవితాహరులతో చదివించేవారు. అబిద్ అలీ అనే కవి 'బేగమ్' అనే కలం పేరుతో గజల్స్ రాసేవాడు. స్త్రీ వేషధారణతో వచ్చి చదివేవాడు. ముషాయిరాల్లో హాస్యం ఉండొద్దా? అతడికి అఫ్‌కోర్స్ బేగమ్‌కు కిషన్ ప్రసాద్ నెలసరి ప్రోత్సాహకాన్ని మంజూరు చేశారు. ఆ నేపథ్యంలో.. 'మహరాజా ధన్యవాదాలు! నాకు 'నెలసరి' క్రమం తప్పకుండా వస్తోంది' అని బేగమ్ చమత్కరించాడు!

ఆరవ నిజాం హయాంలో ప్రధానమంత్రి పదవిని చేపట్టిన కిషన్ ప్రసాద్ ఏడవ నిజాం మీర్ ఉస్మాన్ అలీఖాన్‌చే ఉద్వాసనకు గురైనారు.

తన నియామకానికి వ్యతిరేకంగా బ్రిటిష్ వైస్రాయ్కి ఫిర్యాదు చేసిన వారిలో కిషన్ ప్రసాద్ ఒకరనే అపోహతో! అలా తనకు లభించిన విరామంతో కిషన్ ప్రసాద్ దేశాటన చేశారు. పెయింటింగ్ నేర్చుకున్నారు. పియానో నేర్చుకున్నారు. వంటలు కూడా. లాహోర్ పర్యటనలో ప్రముఖ కవి ఇక్బాల్తో స్నేహం చేశారు. కిషన్ ప్రసాద్ విధేయతను శంకించడం తప్పని ఆయన సంతకాన్ని ఇతరులు ఫోర్జరీ చేశారని ఏడవ నిజాంకు తర్వాత తెలిసింది. 1927లో రెండవసారి ప్రధానమంత్రిగా ఆహ్వానించారు. తొమ్మిది ఏళ్లు ఆ బాధ్యతలు నిర్వర్తించారు. యమీన్ – ఉల్-సుల్తనత్ (ప్రభువు కుడి భుజం) అనే బిరుదును సార్థకం చేసుకున్నారు.

'అద్వితీయ' వారసత్వం!

కిషన్ ప్రసాద్ ఏడుగురిని వివాహమాడాడు. ముగ్గురు హిందూ భార్యలు. నలుగురు ముస్లిం భార్యలు. సంతానం 30 మంది. తల్లుల మతానికి చెందిన పేర్లు పిల్లలకు పెట్టారు. వారి వారి మతరీతులతో పద్ధతులతో పెంచారు. ఆయా మతాల వారికే ఇచ్చి వివాహం చేశారు. తన విల్లులో తన వారసులు ఏక పత్నీ-పతీ వ్రతం పాటించాల్సిందిగా సూచించారు. ఇతరుల మతాన్ని కించపరచిన ఎవరూ సుఖంగా జీవించలేరని స్పష్టం చేశారు! కిషన్ ప్రసాద్ క్వాజా ముయినుద్దీన్ చిస్తీ ఆరాధకుడు. శ్రీకృష్ణ భక్తుడు. అన్ని కులాల, మతాల అభిమానాన్ని పొందిన కిషన్ ప్రసాద్ను హిందువులు హిందువుగా, ముస్లింలు ముస్లింగా భావించేవారు. ఇంతకీ మహారాజా సర్ కిషన్ ప్రసాద్ బహదూర్ హిందువా? ముస్లిమా?

కిషన్ అక్బర్ తేరే నామ్!

దేవాలయాలలో, దర్గాలలో, ఆయా మతస్తుల వేడుకల్లో తలలో నాలుకలా కలసిపోయే వారు నిజాం ప్రధానమంత్రి మహారాజా కిషన్ ప్రసాద్! ఈ నేపథ్యంలో.. ఒక సందర్భంలో ఒకరు, మీరు హిందువు కాదు ముస్లిం అని భావిస్తున్నాను అన్నారు. ఆ వ్యక్తి అన్యాపదేశంగా సమాధానం ఆశించారు. ప్రజల మహరాజ్ ఇలా అన్నారు, ఆశువుగా

మై హూ హిందూ
మై హూ ముసల్మాన్
హర్ మజబ్ హై మేరా ఇమాన్
'షాద్'కా మజబ్ షాద్ హీ జానే
ఆజాదీ ఆజాద్ హీ జానే'

'నేను హిందువును
నేను ముసల్మాన్‌ను
అన్ని మతాలూ నా ధర్మంలోనివే
'షాద్' మతమేమిటో షాద్ కే తెలుసు
విముక్తునికే ముక్తి తెలుసు'

'షాద్' మిత్రుడు పఠాన్!

సుకవి జీవించు ప్రజల నాల్కలపైన అన్నట్లు కిషన్‌ప్రసాద్ కలంపేరుతో ఏర్పడింది మహబూబ్ నగర్ జిల్లాలోని 'షాద్'నగర్! 'హైద్రాబాద్ తెహజీబ్ (అన్యోన్యత)' అంటే ఏమిటి? ఎవరైనా ప్రశ్నిస్తే కిషన్‌ప్రసాద్ జీవితం వైపు వేలు చూపించవచ్చు!

'షాద్'(సంతుష్ట) తత్వానికి దగ్గరగా ఉన్న వ్యక్తి నవాబ్ అక్బర్ యార్‌జంగ్ బహదూర్. కైబర్ కనుమనుంచి ఉత్తరప్రదేశ్‌కు వచ్చిన పఠాన్‌ల కుటుంబీకుడు. 16వ ఏట లా చదివేందుకు హైద్రాబాద్ వచ్చాడు. మాజీ రాష్ట్రపతి జాకీర్ హుస్సేన్ తండ్రి, న్యాయవాది పిదాహుస్సేన్ ఖాన్ దగ్గర సహాయకునిగా పనిచేశారు. న్యాయవాదిగా, హైకోర్టు న్యాయమూర్తిగా, నిజాం హోంశాఖ కార్యదర్శిగా పదోన్నతులు పొందారు. 'జకత్'తో పాటు ప్రతి గురువారం పేదలకు దానధర్మాలు చేసేవారు. అన్ని ఉపవాసాలూ పాటించేవారు. ఎనభయ్యేళ్ల సాఫల్య జీవనంలో ఒక్కపర్యాయం కూడా ప్రార్థనను విస్మరించలేదు. 72వ ఏట హజ్ యాత్ర చేశారు. జమైతె-ఎ-అహ్మదీయ సభ్యుడైనప్పటికీ అన్ని సమూహాల ముస్లింలు ఆయనను గౌరవించేవారు. బూర్గుల రామకృష్ణారావు, మాడపాటి హనుమంతరావు వంటి పెద్దలూ అభిమానించేవారు. మహాత్మాగాంధీ హత్య నేపథ్యంలో నిజాం కాలేజీ మైదానంలో ఏర్పాటు చేసిన సంస్మరణ సభకు అధ్యక్షత వహించవలసినదిగా సిటీలోని అందరూ ముక్తకంఠంతో ఆయన్ను అభ్యర్థించారు.

వివాదానికి ఎవరు అతీతులు?

అందరూ మెచ్చేవారూ ఒకోసారి వివాదాస్పదం అవుతారు! సందర్భం 1936 ఆగస్ట్ 11. కృష్ణజన్మాష్టమి. 'యంగ్‌మెన్స్ కాయస్త యూనియన్ ఆఫ్ హైద్రాబాద్' ఆధ్వర్యంలో హుస్సేనీ ఆలంలోని రాజా నర్సింగ్‌రావు బహదూర్ దేవడీలో బహిరంగ సభ. హైద్రాబాద్ హైకోర్టు చీఫ్ జస్టిస్ మీర్జాయార్‌జంగ్ బహదూర్ అధ్యక్షుడు. నగర ప్రముఖులు, హిందూ-ముస్లింలు, అశేష ప్రజానీకం హాజరైనారు. మహరాజా కిషన్ ప్రసాద్ రచించిన హిందూముస్లింల సఖ్యతను శ్లాఘించే ప్రార్థనాగీతంతో సభ మొదలైంది. హైకోర్ట్ న్యాయమూర్తి నవాబ్ అక్బర్ యార్‌జంగ్ ప్రధానోపన్యాసం ప్రారంభించారు 'శ్రీకృష్ణుడు హిందూ ప్రవక్త' అనే అంశంపై! ఖురాన్‌ను, ఉదార విశ్వాసులను ఉటంకిస్తూ వినూత్న ప్రతిపాదనలు తెచ్చారు!

ఉదహరించబడని ప్రవక్త!

1) ప్రతి ఒక్కరికీ మార్గదర్శకుడుంటారు (13:7)

2) ఇంతకు ముందు కూడా మార్గదర్శకులు పంపబడ్డారు. అందులో పేర్లు ఉదహరింపబడ్డవారే కాదు, ఉదహరింపబడని వారూ ఉన్నారు (40:78)

అనే రెండు ప్రవచనాలను ఖురాన్ నుంచి నవాబ్ అక్బర్ యార్‌జంగ్ ఉదహరించారు. 'కృష్ణుడు ఖురాన్‌లో ఉదహరింప బడనప్పటికీ ఆయన పూర్వపు ప్రవక్త కాదని ఎందుకు అనుమానించాలి? సమస్త ఆసియాపై సాంస్కృతిక ప్రభావాన్ని చూపిన మార్గదర్శి గ్రీస్‌కు ఈజిప్ట్‌కు మార్గదర్శి కాదా? నబి - పైగంబర్‌లు, రుషులు - మునులు, ప్రవక్త-అవతారము అనే పదాల సారూప్యతలను గుర్తించాలన్నారు. ఖురాన్ ప్రకారం ఏ ముస్లిమూ ప్రవక్తల పట్ల హెచ్చుతగ్గులు పాటించరన్నారు. నోవా-అబ్రహాం-జీసస్‌ల పరంపరలోని చివరి ప్రవక్త అయిన మహ్మద్ ప్రవక్తతో పాటు 'ఉదహరించబడని ప్రవక్త శ్రీకృష్ణుడు' అని ఆయనకు అలాహిసలామ్‌లు (ఆశీర్వాదములు శాంతి అనుగ్రహింపబడు గాక) అర్పించారు నవాబ్ అక్బర్ యార్‌జంగ్.

అధికారులకు, పత్రికలకు నిజాం ఫర్మానా!

నగరంలో కలకలం! ముస్లింలు ప్రార్థించే ప్రవక్తలతోపాటు అక్బర్ యార్‌జంగ్ శ్రీకృష్ణునికి అలాహిసలామ్‌లు చెబుతారా? సాంప్రదాయ ముస్లింలు మాత్రమే కాదు, హిందువులు సైతం ఈ తరహా వాస్తవవిరుద్ధ కల్పనలను అంగీకరించరని పత్రికల్లో విమర్శలొచ్చాయి. నిజాంపై వత్తిడులు, లిఖిత ఫిర్యాదులూ! నిజాం ఆయన భరతం పడతారని, ఉద్యోగం ఊడగొడతారని కొందరు చెవులుకొరుక్కున్నారు. 'ప్రస్తుత శాంతియుత పరిస్థితులకు విఘాతం కల్గించే రీతిలో ప్రభుత్వాధికారులు, మత-రాజకీయ అంశాలపై వ్యాఖ్యానాలు చేయరాదని, పత్రికలూ ప్రోత్సహించరాద'ని 1936 ఆగస్ట్ 22న ఏడవ నిజాం మీర్ ఉస్మాన్ అలీఖాన్ ఆదేశం జారీ చేశారు. నిజాంకు, కిషన్ ప్రసాద్‌కు అక్బర్‌యార్‌జంగ్‌పై ఉన్న గౌరవం గురించి తెలియని వారి ఆశలు ఫలించలేదు. 'ఉపన్యాసం' ఇచ్చిన నాలుగు నెలలకు హైకోర్టు న్యాయమూర్తిగా రిటైర్ కావాల్సిన అక్బర్ యార్‌జంగ్ పదవీకాలాన్ని అసాధారణ రీతిలో నిజాం రెండేళ్లు పొడిగించారు. ఆ తర్వాత లెజిస్లేటివ్ కౌన్సిల్ సభ్యుడిగా నియమించారు. నాలుగేళ్లు ఆ పదవిలో ఉన్నారు. 1940లో మరణించిన అక్బర్ యార్ జంగ్ తన అంతరాత్మ ప్రకాశించిన సత్యాన్ని నిర్భయంగా శిరసెత్తి ప్రసరించారు! 'వివిధ మతాలమధ్య శాంతి-ఐకమత్యం-సంఘీభావం పెంచే'ందుకు కృషి చేయాలని అన్ని మతాలవారికీ ఆయన హితవు పలికారు! కిషన్ ప్రసాద్-అక్బర్ యార్ జంగ్ వేర్వేరు వ్యక్తులా!

సారే జహాసే అచ్ఛా

అల్లమ మహమూద్ ఇక్బాల్. ఇక్బాల్‌గా ఉపఖండం ప్రజలకు పరిచితుడు. భారతీయులకు ఇక్బాల్ అంటే 'సారే జహా సె అచ్ఛా! పాకిస్తానీయులకు జాతీయ కవి! పూర్వరంగంలో మహారాజా కిషన్ ప్రసాద్‌కు మిత్రుడు. తొలిసారి హైద్రాబాద్ సందర్శించినపుడు ఆయన అతిథిగా ఉన్నాడు. కిషన్ ప్రసాద్ ఇంట్లో ముషాయిరాలో పాల్గొన్నారు.

మొత్తం మూడుసార్లు ఆయన నగర సందర్శన చేశారు. రెండవ-మూడవ పర్యటనల్లో 'భారతదేశంలో మత భావనలను పునర్నిర్వచించడం' అనే అంశంపై పరిశోధనాత్మక ప్రసంగాలు చేశారు. ఈ పర్యటనలు అర్థవంతంగా జరిగాయని మిత్రులకు లేఖల్లో రాశారు. ఇక్బాల్ తొలి పర్యటనను పురస్కరించుకుని 1938 జనవరి 7వ తేదీని 'ఇక్బాల్ డే'గా హైద్రాబాదీయులు జరుపుకుంటారు. ఇక్బాల్‌సొసైటీ

ఆయన ప్రతిపాదించిన మానవతావాద తత్వంపై కార్యక్రమాలు ఏర్పాటు చేస్తుంది.

ఇక్బాల్ హైదరాబాద్‌లోని కుతుబ్‌షాహీ సమాధులను సందర్శించారని ఎక్కువ మందికి తెలియదు. ఒక పౌర్ణమి రాత్రి అక్కడి వాతావరణం ఆయనతో 'గొరస్తాన్ -ఎ-షాహీ' అనే కవితను పలికించింది. రాజ్యాల ఉత్థాన పతనాలను గానం చేయించింది. ఇక్బాల్ దీర్ఘ కవిత నుంచి కొన్ని చరణాలు...

నిదురించే బాలుడి చేతినుంచి ఆటవస్తువు జారినట్లు
శిశిరంలో ఆకులు నేలకు జారిపోతున్నాయి
ఈ ఆనందమయ ప్రపంచంలో అనంతసౌఖ్యాలు
వేదన, జ్ఞానార్తి ఇవి నిత్య నవీనాలు

గతించిన జ్ఞాపకాలు హృదిలో ఇంకా తాజాగా ఉన్నాయ్
ఏ ఉమ్మా ప్రజల మనస్సుల్లోని రాజుల జ్ఞాపకాలను తుడిచి వేయలేదు
ఈ ప్రపంచానికి రోదించే కన్నుల నుంచి కన్నీటి ముత్యాలనిస్తాం
గతించిన తుఫానులు మిగిల్చిన మేఘాలం మేం

ఈ మేఘపు ఎదలో వేల వత్సరాల కన్నీటి ముత్యాలు
ఈ మబ్బు నిశ్శబ్దపు ఎదలో ఎన్నో పిడుగుల సంచారం
ఇవి ఎడారుల్లో నందనవనాలను సృజించగలవు
ఆశ కొడిగట్టిన నిస్తేజపు రైతులకు ఆనందోత్సాహాలనివ్వగలవు

ఈ జాతికి గర్వకారణమైన అవతారిక గతించింది
దాని తాలూకు సౌందర్యం మాత్రం నిలచే ఉంది
ఆకాశం మేఘాల చేలాంచలాలను ధరించింది
చంద్రుని ఫాలప్రతిఫలనం చేరాడుతూ ఉంది

నీరవ నిశ్శబ్దంలో చంద్రకాంతి లేతగా ఉంది
రాత్రి ఒడిలో ఉదయం నిద్రిస్తోంది
ఆకు కదలని నిశ్శబ్దం ఎంత చిత్రంగా ఉంది
ఈ నిశ్శబ్దం ప్రకృతి వీణియపై మౌనరాగంలా ఉంది

విశ్వహృదయంలోని ప్రతి అణువూ వేదనతో ముప్పిరిగొన్న
వర్తమానపు పెదవులపై విచారపు వ్యక్తీకరణలా నిశ్శబ్దం
ఓహ్! ఆ కోట, కదనకాహకాల మైదానం
వేల వత్సరాల భారాన్ని భుజాలపై మోస్తోంది

ఒకానొక కాలంలో జీవంతో తొణికిసలాడి నేడు ఒంటరిగా నిస్తేజంగా ఉంది
ఈ నిశ్శబ్దం పాత వైభవానికి సమాధిగా తోస్తోంది
తన పురాప్రేమికుల్లో నిలచిన ఒకే ఒక అవశేషంగా నిలిచింది
కొండ అంచున ఒంటరిగా పురాస్మృతులను పహరా కాస్తున్నట్లున్నది

ఆకాశపు కప్పునుంచి మేఘం కిటికీలోంచి
ఒక చిన్నారి ఆకుపచ్చని తార ప్రపంచాన్ని చూస్తోంది.
ఆ తారకు నేలపై జరిగేదంతా పసిబాలల ఆటలా తోస్తోంది
మానవవైఫల్యల గాథ ఆ తారకు కంఠతా వచ్చులా ఉంది

ఈ ప్రయాణికుని అనంతకాల అగమ్యయానాన్ని
విప్లవాల తమాషాను ఆకాశం నుంచి చూస్తోంది
నింగిలోని తారలు నేలపై మౌనాన్ని పాటించడం వీలుకాదుకదా
చనిపోయిన వారికోసం ఆ నక్షత్రం ఒక్క క్షణం మౌనం పాటించింది

నేల ఎన్నెన్నో జీవనకథాపుష్పాల సమాహారం
అంతరించిన ఎన్నెన్నో నాగరికతలు ఈ పొరల్లో ఉన్నాయి
ఈ వేదనల శరభూమి రాజుల విశ్రాంతి స్థలి
ఓ కాఠిన్య నేత్రమా వెచ్చని కన్నీటితో నివాళించుమా

ఇది సమాధి స్థలమే కాని ఇక్కడి ధూళి ఆకాశోన్నతం
ఒక దురదృష్ట జాతి సంపద ఈ ధూళిరాసి
ఈ మరుస్థలిలోని మహోన్నత భవనాల రాజసం
వీక్షకుని కడగంటి చూపుతో మెచ్చుకునేలా ఉంది

పదాలు ఆ అనిర్వచనీయతను పట్టుకోలేకపోతున్నాయి
వర్ణన అనే అద్దంలో చూపేందుకు వీలుకాని సౌందర్యం ఇది
నెరవేరని కోర్కెలతో అసహనపు నిట్టూర్పులతో
నిద్రించే సమూహాలకు దూరంగా నిశ్శబ్దం నిదురిస్తోంది

సమాధులు నల్లని చిక్కని ఉషస్సుకు తోరణాలు
వెలుతురు ఆ గుమ్మంలోంచే కదా ప్రసరించేది

ప్రధాని ఫకీర్! నిజాం యాచకుడు!

ప్రథమ భారత ప్రధానమంత్రి జవహర్‌లాల్ నెహ్రూ నాగార్జునసాగర్ పర్యటనలో శ్రామికుల రోజు కూలీని ముప్పావలాకు పెంచుతూ ఆదేశాలిచ్చారని చెప్పుకున్నాం. ఆ నేపథ్యంలో ఆరవ నిజాం ఆసక్తికరమైన ఆదేశాలను ప్రస్తావించుకున్నాం. వాటిల్లో ఒక ఒప్పందాన్ని ఇప్పుడు గుర్తుచేసుకుందాం. అది అపూర్వమైనది! ఎన్నడూ జరగనిది.

అప్పుకోసం ప్రధాని దరఖాస్తు!

మహరాజా కిషన్ ప్రసాద్ ఆరవ నిజాంకు, కొంత విరామం తర్వాత ఏడవ నిజాంకు ప్రధానమంత్రిగా సేవలు అందించారు. ఆయన వితరణశీలి. బండిమీద బయటకు వెళ్తూ డబ్బు సంచులను వెంట ఉంచుకునేవారు. ఆపన్నులు ఎదురైతే రెండు చేతులతో నాణాలు వెదజల్లేవారు. వారు చూపే కృతజ్ఞతాభావం తన కంట పడకముందే ముందుకు సాగేవారు. ఉపఖండంలోని అన్ని ప్రాంతాలకు చెందిన కవులను, కళాకారులను ఆహ్వానించి ఆతిథ్యమిచ్చి, కానుకలిచ్చి పంపేవారు. ఆరవ నిజాం హయాంలో ఇక్బాల్ వంటి ఎందరో అలా సహాయం పొందినవారే. ఈ వాతావరణంలో తనను తాను ఫకీర్‌గా అభివర్ణించుకునే ప్రధానమంత్రి కిషన్ ప్రసాద్ నిజంగానే ఫకీర్ అయ్యారు. తన జీతభత్యాలు అత్తెసరుకూ

సరిపోవడం లేదు. అతిథులను ఎలా ఆదరించడం? అందిన చోటల్లా అప్పు చేశారు. అప్పులు అలాగే ఉన్నాయి. అవసరాలు పెరిగి పోతున్నాయి. ఈ నేపథ్యంలో తనకు రెండు లక్షల రూపాయల రుణం కావాలని నిజాంకు ప్రధానమంత్రి దరఖాస్తు చేసుకున్నారు, లిఖితపూర్వకంగా! నిజాంకు ప్రధానమంత్రి జీవన శైలి తెలుసు. ఎందుకు అప్పు అడిగారో తెలుసు. అప్పుతీర్చేందుకు అప్పు. దానధర్మాలు చేసేందుకు అప్పు. సరే అప్పు ఇస్తాను అన్నారు, ఒక షరతుపై!

'పుణ్యా'నికి రుణమాఫీ!

కిషన్ ప్రసాద్ ఆర్జించిన 'సవాబ్'ను తనకు బదలాయిస్తూ ప్రామిసరీ నోట్‌పై సంతకం చేస్తే అందుకు బదులుగా రెండు లక్షల రూపాయలు ఇస్తానన్నారు నిజాం! 'సవాబ్' అంటే? ఒక ధార్మిక సంపద! వెలకట్టలేనిది! భక్తుడు మంచి పనులను ప్రతిఫలాపేక్ష లేకుండా చేయాలి. నిష్కామంగా అన్నమాట! 'ఫలానా మేలు చేస్తే ఫలానా దానం ఇస్తాను' వంటి మొక్కులు కామ్యార్థాలు.

నిష్కామ భక్తిసంపదను తెలిసే దృష్టాంతరం 'కైశికి పురాణం' అనే హిందూ మత గ్రంథంలో ఉంది. ఒక 'అచ్యుతుడు' కైశికి రాగంలో రోజూ వామనమూర్తిని నిష్కామంగా అర్చించేవాడు. తన గాననీరాజనంతో అతడు ఆర్జించిన సంపదను త్యాగం చేసి ఒక 'బ్రహ్మరాక్షసు'డికి విముక్తి కలిగిస్తాడు. లోకరీతిలో ఎన్నో పాపాలు, తప్పులు చేసేందుకు ఆస్కారం ఉన్న వ్యక్తులకు మతగ్రంథాలు కొన్ని ప్రత్యామ్నాయాలు సూచించాయి.

మంచివారి పుణ్యసంపదను గ్రహించి మరణానంతరం స్వర్గప్రవేశం

పొందవచ్చని ముస్లిం మత గ్రంథాల్లో ఉదహరించారు. 'ఆపదలో ఉన్నవారికి మనస్ఫూర్తిగా దానం చేసినవారిని, సజ్జనులను రుణవిముక్తులను చేసినవారిని అల్లా తన నీడకు చేర్చుకుంటారు. తీర్పు మరే ఇతర దోషాలు అంటకుండా చెప్పేరోజు రక్షిస్తారు' అని పవిత్రగ్రంథం పేర్కొంది. ఈ పుణ్యఫలం బదిలీని ఉర్దూలో 'సవాబ్' అంటారు. అరబ్బీలో 'తవాబ్' అంటారు. మహారాజా కిషన్ ప్రసాద్ లోకులకు తాను బాకీ పడ్డ అప్పు తీర్చేందుకు నిజాంను అప్పు అడిగారు. కిషన్ ప్రసాద్ హిందువా? ముస్లిమా? అతడేమిటో అతనికే తెలుసు! ఇరు మతాల ప్రజానీకానికీ తెలుసు. అతడు చేతిలో పైసాలేని మహారాజు! నిస్సంశయంగా బీదవాడు! సజ్జనుడు! ఇతని అప్పు తీరిస్తే అల్లా నీడకు చేర్చవచ్చు. అందుకే 'దొరకునా ఇటువంటి సేవ' అనుకున్నారు నిజాం! తన ధార్మిక సంపదను పెంపొందించుకునేందుకు కిషన్‌ప్రసాద్ అంగీకారాన్ని ప్రామిసరీనోట్ సాక్షిగా అడిగారన్నమాట! ఇరువురి సంతకాలతో 'ఇహ – పర రుణాలు' అలా సయోధ్యను కుదుర్చుకున్నాయి.

కన్పించని సంపద!

కిషన్ ప్రసాద్ 76వ ఏట 1940లో మరణించారు. ఒకప్పుడు ఆయన నివాసం 'షాద్ మేన్షన్' వైభవోజ్వలంగా ప్రకాశించింది! ఆయన నివాసపు ప్రధాన ద్వారంలో రెండు సింహాలుండేవి. కొన్నాళ్ల తర్వాత అవీ అదృశ్యమయ్యాయి. ఓల్డ్ సిటీలో కిషన్ ప్రసాద్ రోడ్ ఉంది. ఆయన నివాసాన్ని గుర్తించడం కష్టమే! మానవాళి సంపదను కన్పించేది - కన్పించనిదిగా (టాంజిబుల్–ఇన్‌టాంజిబుల్) యునెస్కో పేర్కొంది. భవనాలు కన్పించేవి. అవి కన్పించకపోయినా ఫర్వాలేదు. విలువలు కనిపించనివి. కిషన్‌ప్రసాద్ సమాజానికి అందజేసిన ధార్మిక సంపద ఇంటాంజ్‌బుల్. అమూల్యమైనది. వివిధ రాష్ట్రాల్లో, వివిధ దేశాల్లో నివసించే ఇరుమతాలకు చెందిన ఆయన కుటుంబీకులు ఇటీవల ఇంటర్నెట్ ద్వారా ఆదాబ్/నమస్తే/హలో అనుకుంటున్నారు!

రజ్వీ 'లాతూర్' ప్రకంపన!

హైద్రాబాద్ స్టేట్ శతాబ్దాలుగా మతసామరస్యానికి చిరునామాగా నిలచింది. పాలకులు ఢిల్లీ సుల్తానులకు, ఆ తర్వాత బ్రిటిష్‌వారికి నమ్మకస్తులుగా పరిణామం చెందారు. స్వతంత్రరాజ్యానికి ఉండాల్సిన అన్ని హంగులూ ఉన్నప్పటికీ, ప్రజల రక్షణ బాధ్యతలను 'పై'వారికి అప్పగించారు. వారి వారసుడు ఏడవ నిజాం ఉస్మాన్ అలీఖాన్. కిషన్ ప్రసాద్, అక్బర్ యార్‌జంగ్ వంటి సామరస్య వ్యక్తిత్వాలు లేని లోటు ఏడవ నిజాం అధికారానికి చరమగీతం పాడింది. మతభావనలు తీవ్రగతిన వీచాయి. అధికారం అనే దీపం ఆరకూడదని నిజాం విఫలయత్నాలు చేశాడు! ఈ క్రమంలో కాశిం రజ్వీ రూపు దాల్చాడు.

'మజ్లిస్ ఇత్తెహాద్ ఉల్ ముసల్మీన్' అధ్యక్షుడు బహదూర్ యార్‌జంగ్ 1946లో ఆకస్మికంగా మరణించిన వైనం చెప్పుకున్నాం కదా! ఆయనోసారి హైద్రాబాద్

స్టేట్‌లోని లాతూర్ (ప్రస్తుత మహారాష్ట్ర) వెళ్లారు. పార్టీ కార్యాలయం కోసం తగిన వసతి చూపవలసినదిగా పార్టీ సభ్యులను కోరారు. ఒక వ్యక్తి తన ఇంటిని పార్టీ కార్యాలయానికి ఇస్తానన్నాడు. క్షణాల్లో ఇంట్లోని సామాన్లను వీధుల్లోకి విసిరేశాడు. కార్యాలయాన్ని సిద్ధం చేశాడు. అధ్యక్షుడు హృదయానికి హత్తుకున్న ఆ కార్యకర్త సయ్యద్ కాశిం రజ్వీ! బహదూర్ యార్‌జంగ్ మరణానంతరం సహజంగానే పార్టీ అధ్యక్షుడయ్యాడు. హైద్రాబాద్‌కు లాతూర్ 'ప్రకంపనలను' పరిచయం చేశాడు.

ఖడ్గంతోనే ముస్లింలు హిందుస్తాన్‌కు పాలకులయ్యారన్నాడు. ఆయన ఉపన్యాసాలు కొందరిని ఉద్వేగపరచాయి. సామరస్యజీవనాన్ని కోరుకునే అధిక సంఖ్యాకులైన ముస్లింలను ఆందోళన పరచాయి. స్వతంత్రరాజ్యంగా అవతరించబోతోన్న బ్రిటిష్ పాలిత భారత్‌లో కలవకుండా, నిజాం స్వతంత్ర రాజుగా ఉండాలని రజ్వీ ఆయనలో రాజ్య కాంక్షను రగిలించాడు. 'మై హూ నా' అన్నాడు. ఎర్రకోటపై నిజాం జెండా రెపరెపలాడుతుందని, బెంగాల్ సముద్రజలాలు ఆయన పాదప్రక్షాళన చేస్తాయని అభివర్ణించాడు.

ప్రధానమంత్రిని తరిమారు!

'నైజాం రాజ్య రక్షణ' కోసం రజాకార్స్ అనే పేరుతో పారామిలిటరీ దళాన్ని ఏర్పరచాడు రజ్వీ! నాయకుని కోసం ప్రాణత్యాగం చేస్తామని, హైద్రాబాద్ స్టేట్ భారత్‌లో విలీనం కాకుండా చివరి క్షణం వరకూ పోరాడుతామని సభ్యులతో ప్రమాణం చేయించాడు. రజ్వీ ఎప్పుడూ ఫీల్డ్ మార్షల్ దుస్తుల్లో ఉండేవాడు. హొదాలనుబట్టి ఇతరులు తుపాకులు, కత్తులు, కర్రలు చేతబట్టేవారు. ఏడాదిపాటు 'యథాతథ స్థితి'ని గౌరవించేందుకు ఒప్పందానికి రావాలని 1947లో కేంద్రప్రభుత్వం, నిజాం ప్రభుత్వమూ భావించాయి. ఈ ప్రతిపాదనపై సంతకం చేయడానికి ఢిల్లీకి బయలుదేరిన నిజాం ప్రతినిధి బృందాన్ని రజాకార్లు అడ్డుకున్నారు. హైద్రాబాద్ స్టేట్ ప్రధానమంత్రిపై చేయి చేసుకున్నారు! సౌమ్యుడైన ప్రధానమంత్రి సర్ మీర్జా ఇస్మాయిల్‌ను స్టేట్ వదలేవరకూ రజ్వీ మనుషులు తరిమారు. ఈ నేపథ్యంలోనే, నిజాం అధికారకాంక్షను నిరసిస్తూ,

హైదరాబాద్ స్టేట్ భారత్‌లో అంతర్భాగం కావడం అనివార్యమని వార్తలు రాసిన షోయబుల్లాఖాన్ హత్యకు గురయ్యాడు. నిజాం ప్రధానమంత్రిగా నియమించిన నవాబ్ చట్టారీ స్థానంలో నిజాం నిర్ణయాన్ని పరిహసిస్తూ మీర్ లాయక్ అలీని ప్రధానమంత్రిగా రజ్వీ నియమించాడు. ఈ పరిస్థితుల్లో 1948లో అధిక సంఖ్యాకులు వలసపోయారు. అల్ప సంఖ్యాకులు వలసవచ్చారు.

పోలీస్ చర్యకు 'రజ్వీ' ఆహ్వానం!

నిజాంకు వత్తాసుగా ఎన్నో డాంబికాలు పలికిన రజ్వీ, హైద్రాబాద్ స్టేట్ ఇండియాలో విలీనం కావాలని భావించిన షోయబుల్లాఖాన్ మరణానికి కారకుడైన రజ్వీ, పోలీసుచర్యను ఆహ్వానించిన వారిలో ముందువరసలో ఉన్నాడు! ఆపరేషన్ పోలో పేరుతో 1948 సెప్టెంబర్ 13న భారత ప్రభుత్వం పోలీసు చర్య ప్రారంభించింది. (హైద్రాబాద్ 17 పోలోగ్రౌండ్స్‌తో ఇండియాలో మొదటి స్థానంలో ఉండేది!) నాలుగురోజుల్లోనే నిజాం బేషరతుగా లొంగిపోయాడు. అనుయాయులతో రజ్వీ అరెస్టయ్యాడు. హిందు–ముస్లిం–క్రిస్టియన్ న్యాయమూర్తుల స్పెషల్ ట్రిబ్యునల్ రజ్వీ బృందంపై విచారణను ప్రారంభించింది. లా చదివిన రజ్వీ తన కేసును తానే వాదించుకున్నాడు. 1950 సెప్టెంబర్ 10న ట్రిబ్యునల్ విధించిన ఏడేళ్ల జైలుశిక్షను హైద్రాబాద్, పూణెలలో పూర్తిచేసుకున్నాడు.

'వా'హెద్!

పూణెలోని ఎర్రవాడ జైలు నుంచి విడుదలైన రజ్వీని ఆయన అనుయాయి, న్యాయవాది కమిల్ అడిక్‌మెట్‌లోగల తన నివాసానికి కారులో తీసుకువచ్చాడు. పార్టీ సర్వసభ్యసమావేశం ఏర్పాటు చేశారు! 140 మందికి ఆహ్వానాలు వెళ్లగా 40 మంది వచ్చారు. పార్టీ అధ్యక్షపదవిని స్వీకరించే సాహసి లేరా అనే రజ్వీ పిలుపుకు స్పందన రాలేదు. 12 ఏళ్లు దాటిన ఏ పురుషుడైనా అధ్యక్షుడు కావచ్చని నిబంధన సవరించారు.

నోటిమాటతో సవరించిన నిబంధన ప్రకారం అబ్దుల్ వాహెద్ ఒవైసీ అనే నూనూగు మీసాల యువకుడు అధ్యక్షుడైనారు. ఆ తర్వాత ఆయన కుమారుడు సుల్తాన్ సలావుద్దీన్ ఒవైసీ దీర్ఘకాలం బాధ్యతలు నిర్వర్తించారు. భారతీయ ముస్లింల యోగక్షేమాల పరిరక్షణ ధ్యేయమని పార్టీ ప్రకటించింది. ఆ మేరకు ముస్లిమేతరులనూ పార్టీ పదవులకు, ఉన్నత స్థానాలకు ఎంపిక చేస్తోంది. ఎంఐఎం పార్టీకి ప్రస్తుతం ఆయన కుమారుడు అసదుద్దీన్ ఒవైసీ అధ్యక్షుడు. మరో కుమారుడు అక్బరుద్దీన్ ఒవైసీ తెలంగాణ అసెంబ్లీలో శాసనసభాపక్ష నేత.

కన్నీరు కరవైంది!

తాను దక్కన్‌లో పుట్టాను దక్కన్‌లోనే మరణిస్తానని గతంలో చెప్పిన రజ్వీ, పార్టీ అప్పగింతలు పూర్తయిన తర్వాత తనకు భారత్‌లో భవిష్యత్ లేదని, పాకిస్తాన్ వెళ్తానని ప్రకటించాడు. పోలీస్ చర్య పూర్తయిన తొమ్మిదేళ్లకు సెప్టెంబర్ 18వ తేదీన పాకిస్తాన్ పయనమయ్యాడు. కమిల్ ముంబై వరకూ వెళ్లి ఖుదాఫీస్ పలికారు. రజ్వీని పాకిస్తాన్‌లో ఎవ్వరూ రిసీవ్ చేసుకోలేదు. మద్దతు పలకలేదు. గుర్తించలేదు. ఇండియా నుంచి, ముఖ్యంగా దక్కన్ నుంచి కరాచీకి వెళ్లి బాధలు పడుతున్న వారికి న్యాయవాదిగా సేవలు అందించాడు. అరవయ్యేడవ ఏట 1970 జనవరి 15న కరాచీలో రజ్వీ చనిపోయాడు. హైద్రాబాద్‌లో స్వతంత్ర ముస్లిం రాజ్యాన్ని స్థాపించాలని కలగన్నాడు కాశిం రజ్వీ. తాను పుట్టిన నేలకు సుదూరంలో ఏర్పడ్డ మత రాజ్యం పాకిస్తాన్‌లో మరణించాడు. అక్కడ రజ్వీకోసం ఏ ఒక్కరూ కన్నీరు పెట్టలేదు!

ఒక 'అనానంద' కథ!

ఎవరి జీవితమూ ఎవరి చేతుల్లో ఉండదు. రాజ్యం ఎలా ఉంటుంది? అని తెలిసినా.. అలా జరిగి ఉంటే, ఇలా జరిగి ఉంటే... అనుకోకుండా ఉండలేం కదా! ఇంగ్లిష్ వారి వీర విధేయుడు ఏడవ నిజాం, భారత ప్రభుత్వంతో విలీనం కాను అని బీరాలు పోకపోతే, రజాకార్లను ప్రోత్సహించకపోతే, ఉపఖండం చరిత్ర మరో రకంగా ఉండేది. ఆరవ నిజాం మీర్ మహబూబ్ అలీఖాన్ 1911లో 43వ ఏట చిన్నవయస్సులో మరణించి ఉండకపోతే..? మీర్ ఉస్మాన్ అలీఖాన్ గద్దెనెక్కేవాడు కాదు. మీర్ అహ్మద్ మొహియుద్దీన్ ఏడవ నిజాం అయ్యేవాడు. ఆ పరిస్థితుల్లోకి తొంగి చూద్దాం!

ఇంటిలోని పోరు ఇంతింత కాదయా!

ఆరవ నిజాం మహబూబ్ అలీఖాన్ ఇష్టసఖి ఉజ్జల్ బేగమ్. ఆమె సంతానంలో తొలి ఎనిమిదిమంది పురిట్లోనే చనిపోయారు. ఆరవ నిజాం భార్యలలో మరొకరు మొదటి సాలార్‌జంగ్ మీర్ తురబ్ అలీ ఖాన్ మనుమరాలు జహరాబేగం. ఆరవ నిజాం ఆమెను రాణివాసానికి తెచ్చేసరికే గర్భవతని విస్తృతంగా చెప్పుకునేవారు. ఆమెకు 1886లో మీర్ ఉస్మాన్ అలీఖాన్ జన్మించారు. ఆరవ నిజాం ఇష్టసఖి ఉజ్జల బేగం 1907లో మొహియుద్దీన్‌కు జన్మనిచ్చారు. తన కుమారుడిని ఏడవ నిజాంగా ప్రకటించవలసినదిగా ఉజ్జల బేగం ఆరవ నిజాంను డిమాండ్ చేశారు.

'అలాగే, మొహియుద్దీనే నా వారసుడు తొందరెందుకు' అని మహబూబ్ అలీఖాన్ సముదాయించేవాడు. ఒక రోజు వారసత్వ ప్రకటన చేయవలసినదిగా ఉజ్జల బేగం భర్తను ఆరడిపెట్టింది. కైకను గుర్తు చేస్తూ 'ఆజీచ్, అభీచ్' (ఈరోజే, ఇప్పుడే) అన్నది! మెహబూబ్ అలీఖాన్ కోపావేశంతో విసురుగా పురానాహవేలీ నుంచి బయటకు వచ్చాడు. కారు ఎక్సిలేటర్ మట్టానికి తొక్కి ఫలక్‌నుమా చేరాడు. చిత్తుచిత్తుగా తాగాడు. మూడు రోజులు, వరుసగా! సోయి తప్పిన మహబూబ్ అలీఖాన్ కోమాలోకి వెళ్లాడు. 1911 ఆగస్ట్ 29 మంగళవారం మధ్యాహ్నం 12-30 గంటలకు తిరిగిరానిలోకాలకు చేరాడు.

'రాయల్' పాలన!

మహబూబ్ అలీఖాన్ తన బాధను ప్రజల బాధ చేయలేదు. ప్రజలసౌఖ్యాన్ని తన సౌఖ్యంగా భావించాడు. తెల్లవారుజామున మారువేషంలో సామాన్యులతో మిళితయమ్యేవాడు. ఇరానీచాయ్ తాగుతూ ముచ్చట్లు పెట్టి పాలనపై ఫస్ట్‌హేండ్ రిపోర్ట్ తీసుకునేవాడు. దేశంలో తొలిసారిగా ఎడ్వర్డ్ లారీ తదితరులతో హైద్రాబాద్ క్లోరోఫాం కమిషన్ ఏర్పాటు చేశాడు. 1908 సెప్టెంబర్ 28న మూసీ వరదలు సందర్భంగా రాజప్రాసాదాలన్నిటినీ వరదబాధితుల రక్షిత శిబిరాలుగా మార్చాడు. గంగమ్మకు మొక్కాడు. ఇప్పటికీ తన హోదాను కోల్పోని నిజాం క్లబ్‌ను స్థాపించాడు. తన 40వ పుట్టినరోజు సందర్భంగా టౌన్‌హాల్ (ప్రస్తుత శాసన సభ)కు శంకుస్థాపన చేశాడు. అతని హయాంలోనే హైద్రాబాద్ స్టేట్ రైల్వే, విద్యుత్, పోస్టల్, టెలిఫోన్, టెలిగ్రాఫ్ సదుపాయాలు ఏర్పడ్డాయి. సైన్యాన్ని బలోపేతం చేశాడు. చార్మినార్ ముద్రతో నాణేలు వచ్చాయి.

అలియహా, మహబూబియహా కళాశాలలు, అనేక బాల-బాలికల విద్యాసంస్థలూ వచ్చాయి. మహబూబ్ అలీ ఖాన్ కెమెరా ప్రేమికుడు. రాయల్‌సొసైటీ ఆశ్చర్యపోయే రీతిలో ఫొటోగ్రఫీ ప్రపంచంలో హైద్రాబాద్‌ను నిలిపాడు. అతడు లేని శూన్యంలో వారసత్వ గొడవలొచ్చాయి.

వారసత్వ విభేదాలు?

ఆరవ నిజాం జీవించి ఉంటే నిస్సంశయంగా మీర్ అహ్మద్ మొహియుద్దీన్ ఏడవ నిజాం అయ్యేవాడు. ఏడవ నిజాం ఎవరు కావాలి? రాజవంశీకుల్లో భిన్నాభిప్రాయాలు! ఉజ్జల బేగం నాలుగేళ్ల కుమారుడు మొహియుద్దీనా? జహిరాబేగం కుమారుడు 25 సంవత్సరాల మీర్ ఉస్మాన్ అలీఖానా? మొహియుద్దీన్‌కే గద్దె దక్కాలని ఎక్కువమంది భావించారు. వైస్రాయికి విన్నపాలు పంపారు. అర్జీలో మహరాజా కిషన్ ప్రసాద్ సంతకం ఫోర్జరీ చేసారు. వైస్రాయిని 'కన్విన్స్' చేసిన ఉస్మాన్ అలీఖాన్ ఏడవనిజాం అయ్యాడు. తనకు వ్యతిరేకంగా అర్జీపెట్టిన 'కుట్ర'దారుల్లో ఆరవనిజాం స్నేహితుడు, ప్రధానమంత్రి కిషన్‌ప్రసాద్ ఉన్నారని భావించి ఆయనను పదవి నుంచి తొలగించారు. 'మహరాజా' కిషన్‌ప్రసాద్ ప్రభువు ఎవరైతే వారి కుడిభుజంగా వ్యవహరించే నిబద్ధుడని, దోషరహితుడని పాతికేళ్ల తర్వాత నిర్ధారించుకుని మీర్ ఉస్మాన్ ఖాన్ కిషన్ ప్రసాద్‌ను ప్రధానమంత్రిగా ఆహ్వానించారు.

రాకుమారుడి పట్ల నిజాం ప్రవర్తన!

ఏడవనిజాం మీర్ ఉస్మాన్ అలీఖాన్ నివాసం కింగ్‌కోఠి. తన సవతి తల్లి ఉజ్జలబేగంను ఆమె నాలుగేళ్ల కుమారుడు మొహియుద్దీన్‌ను, ఆయన చెల్లెలు అహ్మదున్నీసాలను కింగ్‌కోఠి ప్రాంగణంలోని భవంతిలో నివసించాలని కోరాడు. ఆ కుటుంబంపై ఎప్పుడూ ఓ కన్నేసి ఉంచేవాడు.

మొహియుద్దీన్‌కు 'సలబత్ జా' బిరుదును ఖరారు చేసి రాకుమారుని హోదా ఇచ్చారు. చదువుకునేందుకు ఏర్పాట్లు చేశాడు. సందర్శకులపై నిఘా ఉండేది. ఉత్తరాలు సెన్సార్ అయ్యేవి. సలబత్ జా యువకుడయ్యాడు. తండ్రిలక్షణాలను పుణికి పుచ్చుకున్నాడు. కవి, ప్రేమికుడు. తనకంటే పదకొండేళ్లు చిన్నదైన లయెలా విలింకర్ అనే బెంగాలీ యువతిని ప్రేమించాడు. పెండ్లాడాలనుకున్నాడు. నిజాం పొసగనివ్వలేదు. అలగడం తప్ప మరేమి చేయగలడు? యూరోప్ వెళ్లాడు. మూడవ సాలార్‌జంగ్ (మ్యూజియం రూపకర్త) విలెంకర్‌ను ప్రేమించాడు. పెళ్లాడతానంటున్నాడు. ఆ సంగతే లయెలా విలింకర్ ఉత్తరం రాసింది. సలబత్ జా మహామర్యాదస్తుడు. 'బాధ పడకు నేను వివాహానికి కవితను కానుకగా పంపుతాన'ని బదులిచ్చాడు. మూడవసాలార్‌జంగ్ కూడా అవివాహితుడిగానే మరణించాడు.

అంతర్ముఖుడైన సలబత్ జాకు మొగల్‌కుటుంబానికి చెందిన ఆగాహసన్ హైదర్ మీర్జాతో స్నేహం ఏర్పడింది. ఉస్మాన్‌అలీ ఈ స్నేహాన్నీ హర్షించ లేదు. ఇరువురూ ఉత్తరాల్లో హృదయాన్ని విప్పుకునేవారు. చిన్నవయసులోనే అజ్ఞాత కారణాలతో సలబత్ జా మరణించాడు. మీర్జా మరణం తర్వాత, కుమార్తె మెహరున్నీసా హుసేన్ 76 ఉత్తరాలను సంకలనంగా ప్రచురించింది. ఈ ఉత్తరాలు ఆరవనిజాం కుమారుడు సలబత్ జా స్వభావచిత్రణ చేస్తాయి. ఆయన శుచి-శుభ్రతకు ప్రాధాన్యతనిచ్చే వినయశీలి. కవి. గాయకుడు. 'మధు'పాయి! ఆనందం లేని తన జీవితాన్ని సంకేతిస్తూ 'నషాద్ అసిఫీ' (అనానంద అసఫ్‌జా) అనే కలం పేరుతో కవిత్వం రాశాడు.

తండ్రిని కోల్పోయిన సలబత్ జా ఒక్కడేనా అనానందుడు? కాదు, హైద్రాబాద్ స్టేట్, ఉపఖండం ఆ ప్రభావాన్ని అనుభవించాయి. ఈ నేపథ్యంలో తెలంగాణలో సాయుధపోరాటం ఉద్భవించింది. రావి నారాయణరెడ్డి, మగ్దుం మొహియుద్దీన్, రాజ్ బహదూర్ గౌడ్ వంటి అరుణతారలను 'అనానంద హైద్రాబాద్' కన్నది!

లండన్ 'మత్తు' వదిలించిన హైదరాబాద్

మనిషి మంచా చెడా? 'ఎస్ ఆర్ నో ఏదో ఒకటి స్పష్టంగా చెప్పు' అని దబాయిస్తే సమాధానం చెప్పడం కష్టమవుతుంది. నిజాం పాలనా అటువంటిదే. ఏడుగురు నిజాంలలో ఏడవ నిజాం పరిపాలనలోని చివరి దశాబ్దం చీకటిపాలన. శతాబ్దాల మతసామరస్యపు హైదరాబాద్ కీర్తి పతాక ఏడో నిజాం హయాంలో అవనతం అయినా పూర్వుల మంచి పనులను ఆయనా కొనసాగించాడు.

భాగ్యనగరంలోని 14 భవనాలనూ నేలమట్టం చేసింది ముస్లిమేతరులు కాదు. ఢిల్లీ నుంచి 'ఫతే మైదాన్'లో విడిది చేసిన ఔరంగజేబు సైన్యాలు. హైదరాబాద్‌లోని రామాలయపు విగ్రహ ప్రతిష్ఠాపనలో ముఖ్య అతిథి, ఆలయ నిర్వహణకు మాన్యాలు రాసి ఇచ్చిందీ ఏడుగురిలో ఒక నిజాం అని విస్మరించకూడదు. ఈ అంశాలను తరువాత ముచ్చటించుకుందాం. 'అన్ హ్యాపీ ప్రిన్స్' తండ్రి ఆరో నిజాం మహబూబ్ అలీఖాన్ ప్రపంచ మానవాళికి వేదనారహిత వైద్యసేవలు అందించడం కోసం దోహదపడిన వైనాన్ని చూద్దాం...

దోమ కాటువల్ల మలేరియా విస్తరిస్తుందని సర్ రోనాల్డ్ రాస్ అమీర్‌పేటలో పరిశోధనలు చేయడం, 1902లో నోబెల్ ప్రైజ్ పొందడం తెలిసిందే. ఉస్మానియా హాస్పిటల్ పాత పేరు అఫ్జల్‌గంజ్ హాస్పిటల్. దీని పేరు మారినా అందులో 'ఎడ్వర్డ్ లోరీ హాల్' పేరు మారలేదు. ఎడిన్

బరో, ప్యారిస్‌లలో ఎడ్వర్డ్ లోరీ వైద్యవిద్య అభ్యసించారు. 1872లో ఆరో నిజాం వ్యక్తిగత వైద్యునిగా, హైదరాబాద్ మెడికల్ స్కూల్ ప్రిన్సిపాల్‌గా, అఫ్జల్‌గంజ్ సూపరింటెండెంట్‌గా హైదరాబాద్ వచ్చారు. అప్పటికే ఇంగ్లండ్‌లో వైద్య అవసరాలకు క్లోరోఫాం వినియోగంపై అస్పష్టత ఉండేది. ఎడిన్‌బరోలో 1847లో లోరీ గురువు డా. జేమ్స్ సిమ్సన్ తొలిసారి ఒక ఆపరేషన్ సందర్భంగా క్లోరోఫామ్ వినియోగించాడు. శ్వాసక్రియలో వచ్చే మార్పులను పర్యవేక్షిస్తూ క్లోరోఫాంను వైద్య అవసరాలకు వినియోగించవచ్చని ఆయన పేర్కొన్నారు. ఈ థియరీని స్కాటిష్ స్కూల్ అనేవారు. 'క్లోరోఫాం వినియోగం గుండెపై ప్రభావం చూపుతుంది. వాడేందుకు మరిన్ని పరిశోధనలు జరగాలి' అని లండన్ వైద్యులు అనేవారు. ఈ థియరీని లండన్ స్కూల్ అనేవారు. ఈ వివాదాల నేపథ్యంలో అనస్తీషియా రహిత ఆపరేషన్‌లో రోగులకు బాధ అనివార్యమయ్యేది!

లండన్‌కు 'హృదయం' లేదు!

ఎడ్వర్డ్ లోరీ స్కాటిష్ థియరీ కరెక్ట్ అని నిరూపించ దలచుకున్నాడు. లోరీ ఉత్సాహానికి మహబూబ్ అలీఖాన్ ప్రోత్సాహాన్నిచ్చాడు. లోరీ నాయకత్వంలో మరోముగ్గురు సభ్యులతో 1888లో క్లోరోఫాం కమిషన్ ఏర్పాటు చేశారు. కమిషన్ నిర్ధారించిన అంశాలకు అభినందనగా హైదరాబాద్ మెడికల్ కాలేజీలో వేడుక జరిగింది. దేశ విదేశాల వైద్యరంగ ప్రముఖులు, రాజ ప్రముఖులు, విచ్చేసిన సమావేశంలో ఎడ్వర్డ్ లోరీ పరిశోధనా ఫలితాలను ప్రకటించారు. వేలాది ప్రయోగాల్లో ఒక్క సందర్భలో కూడా క్లోరోఫాం హృదయంపై ప్రభావం చూపలేదని నివేదిక విడుదల చేశారు.

పున్నా కృష్ణ

మానవాళికి బాధారహిత వైద్యసేవలు అందించగల క్లోరోఫామ్ విషయంలో లండన్ స్కూల్ 'హృదయ' రహితంగా వ్యవహరించిందని చమత్కరించారు! ఎడ్వర్డ్ లోరీ పరిశోధనా ఫలితాలు, ప్రసంగంపై బ్రిటిష్ మెడికల్ అసోసియేషన్ అధికార పత్రిక 'లాన్సెట్' పెదవి విరచింది. ఎడ్వర్డ్ లోరీ పరిశోధనలు యూరప్ ప్రమాణాల మేరకు లేవని, హృదయంపై క్లోరోఫాం చూపే దీర్ఘకాలిక నష్టాలను విస్మరించాయని, కేవలం కుక్కలపై కదాచిత్‌గా చేసిన ప్రయోగాలను పరిగణలోకి తీసుకోలేమని వ్యాఖ్యానించింది.

వెయ్యి స్టెర్లింగ్ పౌండ్లతో 'లాన్సెట్'కు ఆహ్వానం!

ఈ నేపథ్యంలో ఎడ్వర్డ్ లోరీ కోర్కె మేరకు ఆరవ నిజాం రెండవ క్లోరోఫాం కమిషన్‌ను ఏర్పాటుచేశాడు. లండన్ స్కూల్‌నుంచి ఒక నిపుణుడిని కమిషన్ సభ్యుడిగా ఆహ్వానించారు. ఆ సభ్యుడిని హైదరాబాద్ అతిథిగా గౌరవిస్తామని, రాకపోకలకు అయ్యే ఖర్చులకు 1000 స్టెర్లింగ్ పౌండ్‌లను ఇస్తామని ప్రకటించారు. 'లాన్సెట్' ఆ మేరకు డాక్టర్ థామస్ లాడర్ బ్రంటన్‌ను పంపింది. తొలి కమిషన్ సభ్యులతో పాటు బ్రంటన్, బ్రిటిష్ ఇండియా తరఫున మేజర్ జనరల్ గెరాల్డ్ బర్మ్‌ఫోర్డ్, హైదరాబాద్ మెడికల్ కౌన్సిల్ తరఫున రుస్తుంజీలు ఎడ్వర్డ్ లోరీ నాయకత్వంలో పరిశోధనలు ప్రారంభించారు. ఈ బృందంలో సేవలు అందించిన హైదరాబాదీ మహిళ డాక్టర్ రూపాబాయి ఫర్దూంజీ ప్రపంచంలో తొలి అనస్థీషియనిస్టు కావడం గమనార్హం.

ప్రయోగాలు 1889 అక్టోబర్ 23న ప్రారంభమయ్యాయి. రోజూ ఉదయం 7 గంటల నుంచి సాయంత్రం 5 గంటలవరకు వేర్వేరు జంతువులపై ప్రయోగాలు చేశారు. నవంబర్ 29న మేక, గుర్రం, కోతిపై జరిగిన క్లోరోఫాం ప్రయోగాలను ఆరో నిజాం మహబూబ్ అలీఖాన్ స్వయంగా పర్యవేక్షించారు. పరిశోధన ఫలితాలను కమిషన్ ప్రకటించకముందే బ్రంటన్ 'లాన్సెట్' నాయకత్వానికి టెలిగ్రామ్ పంపారు... 'నా పర్యవేక్షణలో 490కి పైగా కుక్కలు, గుర్రాలు, కోతులు, పిల్లులు, కుందేళ్ళపై ప్రయోగాలు జరిగాయి. అధిక మోతాదువల్ల గుండెపై ఎటువంటి

ప్రత్యక్ష ప్రభావాలూ లేవు' అని. ఇది తొలి కమిషన్ సారాంశమే. ఒక రకంగా లండన్ స్కూల్‌కు హైదరాబాద్ పాఠం.

మహబూబ్‌కు 'ఇంగ్లిష్' వైద్యుల కృతజ్ఞత

హైదరాబాద్ రెండో క్లోరోఫామ్ కమిషన్ రిపోర్టు ఐదు విడతలుగా 1890 జనవరి నుంచి 'లాన్సెట్'లో అచ్చయింది. తర్వాత వాల్యూంలుగా 1890 జూన్ 21న సారాంశాన్ని ప్రచురిస్తూ ఎడిటర్ ఇలా అన్నారు... 'హైదరాబాద్ పరిశోధనలపై కొంత భిన్నాభిప్రాయం ఉన్నప్పటికీ, శాస్త్రీయ పరిశోధనలు చేసేందుకు ఆకాశమే హద్దుగా నిజాం ప్రభుత్వం ఇచ్చిన ప్రోత్సాహానికి ప్రపంచ వైద్య వృత్తికారుల తరఫున కృతజ్ఞతలు'. నేచర్ పత్రిక హైదరాబాద్ ప్రయోగాలను ప్రత్యేక వ్యాసాల్లో ప్రశంసించింది. అయితే క్లోరోఫాం వివాదం ఆగిపోలేదు. 'స్కాటిష్–హైదరాబాద్ థియరీ' తప్పని తర్వాత కాలంలో నిరూపితమైంది. ఇటీవలి కాలంలో డబ్ల్యూ.స్టాన్లీసైక్స్' ఎస్సే ఆన్ ది ఫస్ట్ హండ్రెడ్ ఇయర్స్ ఆఫ్ అనెస్థీషియా వ్యాల్యూమ్ 3 (1982)లోని 19 అధ్యాయాల్లో నాలుగు హైదరాబాద్ పరిశోధనలకు సంబంధించినవే. ఈ పరిశోధనలు సైన్స్ పురోగతికి బహుదా ఉపకరించాయని వైద్య చరిత్ర కొనియాడింది.

రిటైర్మెంట్ తరువాత ఎడ్వర్డ్ లోరీ 1901లో ఇంగ్లండ్ వెళ్ళారు. 1905లో మరణించారు. భార్యకు ప్రేమను తప్పితే ఏమీ మిగల్చలేదని తెలుసుకున్న మహబూబ్ అలీఖాన్, ఆ జీవన పర్యంతం ఎడ్వర్డ్ లోరీ శ్రీమతికి నెలకు 600 స్టెర్లింగ్ పౌండ్లు అందేలా ఏర్పాటుచేశారు.

అయోధ్య రాముడు!
దక్కన్ రాముడు!

అయోధ్య రాముడు వేరు! దక్కన్ రాముళ్ళు వేరు!! సీత కాళ్ళ పారాణి ఆరకముందే, నూనుగు మీసాల రాముడు అంత:పుర కారణాలతో అడవిబాట పట్టాడు. ఒక మహాయుద్ధం చేసి సీతా సమేతుడై పట్టాభిషిక్తుడు అయ్యాడో లేదో వియోగ రాముడయ్యాడు! రామాయణంలో భద్రాద్రి ప్రత్యేకమైనది. పద్నాలుగేళ్ళ వనవాసకాలంలో పదేళ్ళను పది నిమిషాలుగా సీతారాములు గోదావరీ తీరంలో ఆహ్లాదంగా గడిపారు.

ముత్యాల బాట..

ఇతిహాస కాలానంతరం, చారిత్రక భద్రాచలంలో తహశీల్దార్ గోపన్న (రామదాసు)కు ఇక్కడ గుడి కట్టాలనిపించింది. కుతుబ్‌షాహీల చివరి రాజు తానీషాకు జమకట్టాల్సిన పన్నులతో ఆలయాన్ని నిర్మించాడు. తర్వాత జైలుపాలైన రామదాసు రాములోరిపై భక్తిపూర్వకంగా నిందాస్తుతి రాశాడు. రామలక్ష్మణులు గోల్కొండకు రాక తప్పలేదు. తానీషాను 'నిద్ర'లేపి రామదాసు కట్టాల్సిన డబ్బులను అణాపైసలతో సహా చెల్లించి రసీదు సైతం పొందారు. తానీషా పశ్చాత్తప్తుడై రామదాసును విడుదల చేశాడని గాథ! ఏటా సీతారాముల కళ్యాణానికి ముత్యాల తలంబ్రాలు పంపుతానన్న తానీషా మాట నేటికీ అమలవుతోంది. కూచిపూడి భాగవతులకు తానీషా

అగ్రహారన్నివ్వడమూ గమనార్హం! మరొక దక్కనీ రాముడికి సంబంధించిన చారిత్రక డాక్యుమెంట్లను తిప్పిచూద్దాం.

అసఫ్ జాహీలు - కాయస్థులు

ఔరంగజేబ్ పతనానంతరం అరాచకం తాండవించింది. కుతుబ్ షాహీల హయాంలో ఒకటిగా మసలిన దక్కన్‌లోని ప్రాంతీయ అస్తిత్వాలు తమ ప్రత్యేకతను చాటుకోవాలనుకున్నాయి. ఆ నేపథ్యంలో ఢిల్లీ సుల్తాన్ మహమ్మద్ షా (1719-49) ధోరణులు నచ్చక పాలకవర్గంలోని ప్రముఖుడు నిజాం-ఉల్-ముల్క్ దక్కన్ వచ్చేశాడు. ఏడాదిలో (1724) పాత దక్కన్‌ను ఏకం చేశారు. ఆయన ప్రత్యేకతను దక్కనీయులు, ఢిల్లీ పాలకులు సైతం గుర్తించి 'అసఫ్ జాహీ' బిరుదునిచ్చి గుర్తించారు. ఆయన వెంట ఢిల్లీ కాయస్థులు దక్కన్ వచ్చారు. కూర్చున్న కొమ్మను నరుక్కునే ఢిల్లీ ఏలికల వైపరీత్యాలు చోటుచేసుకోకుండా దక్కన్ ప్రజలకూ ఢిల్లీ ప్రభుతకు వారధిగా వ్యవహరించారు. వివిధ పదవుల్లో, బాధ్యతల్లో రాజ ప్రముఖులుగా ఎదిగారు. ఆ క్రమంలో రాజపరివాపు జీతభత్యాలను చెల్లించే అధికారి భవానీ ప్రసాద్‌కు మూడో నిజాం 'రాజా' బిరుదునిచ్చారు. ఆ సందర్భంగా రామాలయం నిర్మించాలనుకున్నారు భవానీ ప్రసాద్. ప్రస్తుత నెహ్రూ జూలాజికల్ పార్క్ నుంచి రాజేంద్రనగర్‌కు వెళ్ళే దారిలో అత్తాపూర్ సమీపంలో ఆలయాన్ని నిర్మించారు. ఇక్కడ ప్రతిష్ఠించిన రాముడి విగ్రహం వెనుక ఒక కథ ఉంది.

గద్వాల తర్వాత హైదరాబాదే...

పాత హైదరాబాద్ స్టేట్‌లోని రాయచూర్ జిల్లాలో నిజాంలకు

రామ్‌బాగ్‌లోని రామాలయం

అనుబంధంగా గద్వాల సంస్థానం ఉండేది. అందులో గద్వాల పట్టణం విస్తీర్ణం1384 చ.కి.మీ. సంస్థానంలో 214 గ్రామాలుండేవి. ఈ సంస్థానానికి పాలకుడు రాజా సోమభూపాలుడు. ప్రస్తుతం మహబూబ్‌నగర్‌లో భాగమైన ఈ సంస్థానం హైదరాబాద్ స్టేట్ కంటే ముందే అస్తిత్వంలో ఉండేది. రాజా సోమభూపాలుడు తన పరివారం కోసం ఒక రామాలయాన్ని నిర్మించాలనుకున్నాడు. రాముడి శిల్పం పూర్తవుతున్న నేపథ్యంలో ఆయనకు ఒక కల వచ్చింది. 'సమీపంలోని బావిలో ఉన్న తన విగ్రహాన్ని వెలికి తీయించి ఆలయంలో ప్రతిష్టించవలసినది' అని రాముడు చెప్పాడట. అదే సమయంలో 'రాజా' భవానీప్రసాద్ సోమభూపాలుడికి రాముడు కలలో చెప్పిన వైనం కలగా వచ్చిందట. బావిలోని విగ్రహాన్ని గద్వాలాధీశుడు ప్రతిష్ఠిస్తున్న నేపథ్యంలో ముందుగా శిల్పులకు పురమాయించగా రూపొందిన రాముడి విగ్రహం తనకు బహుమతిగా ఇవ్వవలసిందిగా కోరాడట భవానీ ప్రసాద్. సోమభూపాలుడు సంతోషంగా బహూకరించాడట.

ఫర్ఖుందా బునియాద్..

ఆలయ నిర్మాణం పూర్తయ్యాక, సీతారామలక్ష్మణుల విగ్రహాల ప్రతిష్ఠాపన మహోత్సవంలో పాల్గొనాల్సిందిగా భవానీప్రసాద్ మూడో నిజాం సికిందర్ జాను ఆహ్వానించాడు. 1812లో ఈ అపురూప దృశ్యాన్ని ఆబాలగోపాలం వీక్షించింది! ఆలయ ప్రతిష్ఠాపనలో పాల్గొన్న సికిందర్ జా, ఆలయానికి మడులూ– మాన్యాలు రాశాడు. అర్చకులకు, సిబ్బందికి జీతభత్యాలను ప్రభుత్వ ఖజానా నుంచి ఇవ్వమన్నాడు. ఏటా రామనవమి రోజు ప్రభుత్వం తరఫున 'యాత్ర' నిర్వహించాలని ఆదేశాలిచ్చాడు. 1916వ సంవత్సరపు 'దఫ్తర్–ఎ–ఇస్తిఫా' రికార్డుల ప్రకారం అర్చకులకు రోజుకు రెండు రూపాయల గ్రాంట్ మంజూరైంది. మూడో నిజాం ఉత్తర్వుల్లో హైదరాబాద్‌పేరును 'ఫర్ఖుందా బునియాద్' అని పేర్కొన్నారు. భాగ్యనగర్ అనే పేరుకు ఫర్షియా పదం 'ఫర్ఖుందా బునియాద్' సమానార్థకం.

దక్కన్ ముస్లింలు విగ్రహ ప్రతిష్ఠాపకులు

రామ్‌బాగ్ ఆలయంగా స్థానికులు వ్యవహరించే ఈ ఆలయ

ప్రతిష్ఠాపనలో హిందూ- ముస్లింలు సాదరంగా పాల్గొన్నారు. విగ్రహ ప్రతిష్ఠాపనను స్వయంగా ముస్లిం పాలకుడు చేశాడు. ముస్లింలంటే విగ్రహ విధ్వంసకులనే భావనలను పూర్వపక్షం చేశారు. మానవత్వాన్ని పరిమళించే ఈ మతసామరస్యానికి బీజాలు నగరానికి పునాదులు వేసిన కులీకుతుబ్‌షాలో ఉన్నాయి. ఒక కవితలో అంటాడు...

కాఫిర్లు లేరు ముస్లింలు లేరు...
అన్ని మతాలు... ప్రేమ కుదురులోనే పుష్పిస్తాయి...

హైదరాబాద్ తెహ్‌జీబ్ పరిమళాలను ఆస్వాదించేంతగా కాలుష్య ప్రపంచం అభివృద్ధి చెందాలని ఆశిద్దాం!

కాయస్థుల కీర్తి పతాక

దిల్లీ నుంచి వచ్చిన దక్కన్ పాలకులతో కొన్ని తరాల కిందట వలస వచ్చారు కాయస్థులు. నిజాంలకు కుడి భుజంగా వ్యవహరిస్తూ జనహితంగా విధి నిర్వహణ చేయడం వారి ప్రత్యేకత. భవానీ ప్రసాద్, కిషన్ ప్రసాద్‌లు అందుకు ఉదాహరణ. ప్రజలపట్ల సమభావన చూపే పాలకుల వారసుడు ప్రజాహితానికి దూరమైతే ఒక ఆదర్శ కాయస్థుడు ఎలా ఉంటాడు? ఏడో నిజాం హయాంలో 1918లో నగరంలో జన్మించిన రాజ్ బహదూర్ గౌర్‌లా వుంటాడు!

'రాజ్ ప్రతిభావంతుడైన విద్యార్థి. తనకు వచ్చిన స్కాలర్‌షిప్‌లతో 1934లో రీడింగ్‌రూమ్, గ్రంథాలయం ఏర్పరచిన జిజ్ఞాసి. 1939లో హైదరాబాద్‌లో కమ్యూనిస్ట్ పార్టీ సభ్యుడు. మరుసటి సంవత్సరం కామ్రేడ్స్ అసోసియేషన్ సభ్యుడు. 1941లో మెడికల్ కాలేజీ స్టూడెంట్స్ యూనియన్ వైస్ ప్రెసిడెంట్. కాలేజి మ్యాగజైన్ సంపాదకుడు. సమాజం రోగగ్రస్తమైనప్పుడు దేహచికిత్స కంటే దేశ చికిత్సే ప్రధానమైందని భావించిన కోవలోని వాడు డాక్టర్ రాజ్! లక్ష్య సాధనకు ట్రేడ్ యూనియన్ వాహికగా భావించాడు. ఆల్ హైదరాబాద్ ట్రేడ్ యూనియన్ కాంగ్రెస్ (ఏహెచ్‌టీయూసీ) కు ఉర్దూ కవి మగ్దూం మొహియుద్దీన్ అధ్యక్షుడు, రాజ్‌బహదూర్ గౌర్ వ్యవస్థాపక ప్రధాన కార్యదర్శి. ఏహెచ్‌టీయూసీ నిర్బంధ వ్యతిరేక దినాన్ని 1946 అక్టోబర్ 17న పాటించింది. రజాకార్ల

చేతిలో కీలుబొమ్మలా ఉన్న నిజాం ప్రభుత్వం ఉద్యమకారులపై విరుచుకపడింది. తెలంగాణ అంతటా కమ్యూనిస్టులను, ఆర్య సమాజీకులను ముమ్మరంగా అరెస్టు చేసింది. సహచరులతో రాజ్ నవంబర్ 15న అరెస్టయ్యాడు.

నిజాం 'పంటి' నుంచి జారాడు

'విశ్వసనీయ కుటుంబం నుంచి వచ్చిన విద్రోహి' అంటూ గౌర్‌పై నిజాం సర్కార్ కుట్ర మోపి అరెస్టు చేసింది. బయట ముఖ్యమైన పనులెన్నో! తాను లోపల ఉండటమేంటి? ఇది రాజ్ ఆలోచన! తనకూ, సహచరుడు జవాద్ రజ్వీకి తరచూ జ్వరం వస్తోందని జైలర్‌కు చెప్పాడు. ఇరువురి ఆరోగ్యంలో లోపం కన్పించలేదన్నాడు డాక్టర్ బంకట్ చందర్. అయినా, డెంటిస్ట్‌కు చూపించమన్నాడు. ఏడో నిజాం పేరుతో ఏర్పడిన ఉస్మానియా ఆస్పత్రిలో డెంటల్ విభాగం అధిపతి డా.మోరిస్. ఎక్విప్‌మెంట్‌ను జైలుకు తరలించడం వీలుకాదు. కాబట్టి రోగులను ఆస్పత్రికి తీసుకురమ్మన్నాడు. ఉస్మానియా వెనుక గేట్ నుంచి 1947 మే 7వ తేదీన ఎస్కార్ట్ పోలీసులు 'పేషెంట్స్'ను దవాఖానాలోకి తీసుకెళ్ళారు.

ఆ రోజు లోకనాయక్ జయప్రకాష్ నారాయణ్ హైదరాబాద్ విచ్చేస్తున్నారు. ఎక్కువమంది పోలీసులు సెక్యూరిటీలో ఉన్నారు. చాలామంది కామ్రేడ్స్ పథకం ప్రకారం డెంటిస్ట్ దగ్గర క్యూ కట్టారు. డాక్టర్ దగ్గరకు పోలీసులు వెళ్ళకూడదని అభ్యంతరాలు పెట్టారు. లోపలకు వెళ్ళిన రాజ్ ద్వయం డాక్టర్ పరంజపే సహకారంతో క్లినిక్ వెనుక గేటు నుంచి బేగంబజార్‌కు ఉడాయించారు. స్టార్ట్ చేసి ఉన్న కారులో ఆసిఫ్‌నగర్‌కు, అక్కడ కారు మార్చి, అజ్ఞాతవాసానికీ వెళ్ళిపోయారు! నాలుగేళ్ళ తర్వాత 1951 ఏప్రిల్ 24న రాచకొండ అడవుల్లో ఒక చెరువులో నీరు తాగుతుండగా అరెస్టయిన రాజ్ బహదూర్ 13 నెలలు జైలులో గడిపారు. చిత్రహింసలను పంటి బిగువున భరించిన రాజ్, తన మూల

గదిలో సహచర ఖైదీలతో సాహితీ చర్చలు జరిపేవాడు. ఆ గది పేరు 'షాప్ కార్నర్'!

'పోరాటం'పై పశ్చాత్తాపం లేదు!

పోలీసు చర్య తర్వాత తెలంగాణ సాయుధ పోరాటాన్ని ఆపాలని విశ్వసించిన వ్యక్తుల్లో రాజ్ ముఖ్యుడు. అప్పటి పరిస్థితుల్లో ఎర్రకోటపై మువ్వన్నెల జెండాను గౌరవించడమే సబబు అని భావించారు. తర్వాత కాలంలో స్టాలిన్ సాయుధ పోరాటాన్ని విరమించాల్సిందిగా సూచించడం కాకతాళీయమే కావచ్చు! వ్యక్తిగతంగా తాను విభేదించినా, సాయుధ పోరాట మార్గాన్ని ఎంచుకున్న పార్టీ నిర్ణయాన్ని రాజ్ నిబద్ధతతో అనుసరించేవాడు! మీ జీవితాన్ని వెనక్కు తిరిగి చూసుకుంటే ఎలా ఉంది అని 2011లో తాను చనిపోవడానికి రెండేళ్ళ క్రితం అడిగాను. 'చాలా సందర్భాల్లో మేం వింతగా ప్రవర్తించాం. మూర్ఖంగానూ! దానర్థం పశ్చాత్తాపపడాల్సిన రీతిలో వ్యవహరించాం అని కాదు. తెలంగాణ సాయుధ పోరాటం మూడు ప్రవాహాల సంగమం! ఆర్థిక – రాజకీయ – సాంస్కృతిక అంశాలు ప్రజలను అతలాకుతలం చేశాయి. ఆ పరిస్థితుల్లో యువత ఆ పోరాటంలో చేరడం అనివార్యం! 'తమ కష్టాలు తొలగనంతకాలం రూపం ఏదైనా ప్రజ ఉద్యమిస్తూనే ఉంటుంది' అన్నారు. తొమ్మిది పదుల వయసులోనూ ఆయనలో తడబాటు లేదు!

చిక్కడపల్లిలో 'చమేలీకా మండ్వా'!

కమ్యూనిస్ట్ పార్టీ పోరాట విరమణను ప్రకటించింది. పోరాట కాలంలో పరిచయమైన బ్రిజ్‌రాణిని రాజ్ వివాహం చేసుకున్నారు. ఇప్పుడేం చెయ్యాలి? ఎక్కడుండాలి? ఒక సమస్య దంపతులకు దారి చూపింది! చిక్కడపల్లి నాలా దగ్గర ఒక మురికివాడ ఉంది. అధికారులు అక్కడి పేదవారి నివాసాలను ఖాళీ చేయిద్దామనుకున్నారు. బ్రిజ్‌రాణి అడ్డుకుంది. తమతో కలిసి ఉండాల్సిందిగా మురికివాడ ప్రజలు కోరారు. అలా రాజు–రాణి ఒక ఇంటివారయ్యారు! రష్యాలో వైద్యం చదివిన వీరి కుమార్తె తమారా 1982లో అదే స్థలంలో చిన్న పక్కా ఇల్లు నిర్మించారు. రాజ్ ఆ ఇంటిని 'చమేలీ కా మండ్వా' అనేవాడు. తన స్నేహితుడు మగ్దూం

మొహియుద్దీన్ కవిత పేరది! 'చా చా చా' సినిమాలో ఆ పాటను వాడారు.

తమరా కన్నీరు! పన్నీరు!!

తండ్రి గురించి కుమార్తె చెప్పిన ఒక సంఘటన ఆసక్తికరం. ఎనిమిదేళ్ళ తమారా తండ్రిని ఎందుకో కొంత పైకం అడిగింది. 'లేదు వెళ్ళు' అని రాజ్ అంటుండగా... అదే సమయంలో అక్కడికి ఒక సందర్శకుడొచ్చాడు. తమారాకు 'రూపాయి' ఇచ్చాడు. 'జీవితంలో నాన్న చేత చెంపదెబ్బ తిన్నది ఆ ఒక్కసారే...' అంది తమారా చెమర్చిన కళ్ళతో! అప్పుడు నాన్న పార్లమెంట్ సభ్యుడు. ఏదో 'పని'ని ఆశించి అతడు వచ్చాడని కొన్నేళ్ళ తర్వాత నాన్న వివరిస్తే కానీ నాకు అర్థం కాకపోవడం సహజమే కదా! 'కుటుంబం ఆర్థిక ఇబ్బందుల్లో ఉన్నప్పుడు 'మగ్దూం మామూ' ఆదుకునేవాడు. బేటీ నీకేం కావాలని అడిగి మరీ ఇప్పించేవాడు. మామూను కోరిన ఖరీదైన వస్తువులు నోట్‌బుక్ లేదా ఐస్‌క్రీమ్ అన్నప్పుడు తమారా కన్నుల్లో ఎంత మెరుపో...!

స్నేహం పూచిన పువ్వులు

ఉర్దూ భాషకు చేసిన సేవలకు గాను 1991లో రాజ్ 'బహదూర్ షా జాఫర్' అవార్డు పొందారు. పురస్కారంతో పాటు పాతికవేల రూపాయలు అందుకున్నారు. ఇంత పెద్ద మొత్తాన్ని ఏం చేద్దాం అని కుమార్తెను రహస్యంగా అడిగాడు రాజ్! తీర్చాల్సిన అప్పులను గుర్తుచేసింది తమారా! అప్పులు పోగా మిగిలిన పదివేల రూపాయలను మగ్దూం ట్రస్ట్‌కు అందజేశారు రాజ్! మగ్దూం రాజ్ కంటే పదేళ్ళు పెద్ద. 'మగ్దూం నా గురువు. స్నేహితుడు, వల్లభుడు' అనేవారు రాజ్. ఇరువురూ కలిసి పాడుకున్నారు. మధుపానం చేశారు. ఉద్వేగం చెందారు. మగ్దూంను తలచుకోని రోజు రాజ్ జీవితంలో లేదు. రాజ్–మగ్దూంలు హైదరాబాద్‌లో పూచిన ఒకే కొమ్మ పువ్వులు.

పల్లకి ఎక్కని యాత్రికుడు

అబూ సయీద్ మహ్మద్ మగ్దూం మొహియుద్దీన్ హుద్రీ అంటే ఎవరికి తెలుసు? మగ్దూం అంటే ఎవరికి తెలియదు! మగ్దూం అంటే ధర్మవ్యాపకుడట! మహమ్మద్ ప్రవక్త తన తండ్రివైపు బంధువు హజ్రత్ అబ్బాస్‌ను 'మగ్దూం' అని పిలిచేవారట! మన మగ్దూం సమకాలీన సమ-ధర్మ వ్యాపకుడు! మెదక్ జిల్లా అందోల్‌లో 1908 ఫిబ్రవరి 4న పేద తల్లిదండ్రులకు జన్మించాడు. శిశువుగా ఉన్నప్పుడే తండ్రి చనిపోయాడు. మగ్దూంను తండ్రి తాలూకూ బంధువుల సంరక్షణకు అప్పగించి తల్లి మరో మనువాడింది. తన తల్లి జీవించే ఉన్న సంగతి మగ్దూంకు నలభై ఏళ్ళ వయసులో తెలిసింది.

అనాథ బాలుడు మగ్దూం. పేదరికంలో మూఢనమ్మకాలతో పెరిగాడు. ఆయన బంధువొకరు ఎన్నెన్నో కథలు చెప్పేవాడు. జానపద, విశ్వాస గాథలు, రష్యా విప్లవాన్ని కథలుగా చెప్పేవాడు. ఆ వర్ణనలు నిబిడాశ్చర్యం కలిగించేవి. 'అక్కడందరూ సమానమేనట. అందరికీ అన్నీ అట. పాలకుడు ప్రజలూ అందరూ కలసి సమాన హోదాలో భోంచేస్తారట. ఆ భోజనశాలలు ఎంతెంత విశాలంగా ఉంటాయో.. అంత పెద్ద చాదర్‌లు ఉంటాయా?' అని అనుకునేవాడు మగ్దూం. సినీస్టార్స్, దేవుళ్ళ క్యాలెండర్లు అమ్మి పూటకూళ్ళు తిన్నాడు.

'ఎథిక్స్' తెలియని మగ్దూం...

ఉస్మానియాలో చదివే విద్యార్థులు కొన్ని 'సంప్రదాయ నియమాలు' పాటించాల్సి వచ్చేది. ముస్లింలకు అవి నేర్చుకోవాల్సిన అవసరం ఉండేది కాదు. ముస్లిమేతర విద్యార్థులకు 'ఎథిక్స్' అనే ప్రత్యేక క్లాస్ ఉండేది. 'నియమ పరీక్ష'లో ఫెయిల్ అయిన మగ్దూంను ఎథిక్స్ క్లాస్‌కు పంపారు! ఎంఏ ఉర్దూ పూర్తయిన తర్వాత దక్కన్ రేడియోలో, పత్రికల్లో మగ్దూం పార్ట్‌టైం పనులు చేశాడు. సహజ కవి మగ్దూం : మాటకు మాట, చమత్కార బాణాలు వదలడంలో దిట్ట. జార్జ్ బెర్నార్డ్ షా నాటిక 'విడోయర్స్ హౌస్'ను ఉర్దూలో ప్రదర్శించాడు. ఓయూలో ప్రదర్శితమైన తొలి నాటిక అదే! అంతేనా... మరో ప్రత్యేకతా వుంది. 'పీలా దుషాల' (పసుపు దుశ్శాలువా) అనే మగ్దూం కవిత ఏడో నిజాం చెవులకు సోకింది. మగ్దూంను తన నివాసానికి ఆహ్వానించాడు నిజాం. సంప్రదాయ దుస్తులు, తలపై టోపీ లేకుండా సాదాసీదా దుస్తుల్లో నిజాంను కలిసిన విద్యార్థి కూడా మగ్దూం ఒక్కడే!

నిలకడ జీవితమే కాదు!

ఎం.ఏ. పూర్తయింది. ఉద్యోగం కావాలి. సరోజినీనాయుడు రాసిన సిఫారిసు లేఖతో బెంగళూరు వెళ్లేందుకు సిద్ధమయ్యాడు. మగ్దూం స్వతంత్ర వ్యక్తిత్వం గుర్తించి బాగా తెలిసిన ఖాజీ మహ్మద్ హుసేన్ 'నీకు ఆ ఉద్యోగం సరిపడదు... ఆ ఆలోచన మానుకో' అని హితవు చెప్పాడు.

"ఓ కళా ప్రేమికుడా!
నిత్య యాత్రికుడా!
ఒక గమ్యాన్ని అంగీకరించకు!
లైలా సహచరిగా వస్తానన్నా సరే
పల్లకి మాత్రం ఎక్కకు"

ఇక్బాల్ కవిత్వంలోని పై పాదాలను గుర్తుచేశాడు. మగ్దూం కన్విన్స్ అయ్యాడు. సిటీ కాలేజీలో లెక్చరర్‌గా చేరాడు. మగ్దూంపై ప్రిన్సిపాల్ నిఘా! క్లాస్‌లో పాఠాలు చెప్పడం లేదని, కవిత్వం చెబుతున్నాడని ఆయన బాధ. విద్యార్థుల ఒత్తిడి మేరకు మగ్దూం కవితాగానం చేసేవాడు... చేస్తూ ప్రిన్సిపాల్‌కు దొరికిపోయేవాడు. సిటీ కాలేజీకి 1942లో వీడ్కోలు పలికాడు. కమ్యూనిస్టు పార్టీ ఫుల్‌టైం కార్యకర్తగా మారాడు. కార్మిక సంఘాలను ఏర్పరచడం, కార్మికులను ఉద్యమింపజేయడంలో మగ్దూం పాత్ర ప్రముఖమైనది. మగ్దూం చిరునామా 1946 తర్వాత ఉంటే జైల్లో లేదా అజ్ఞాతవాసంలో!

ప్రధానికి రాకుమారుల పరిచయం!

ప్రతి ముస్లిం ప్రభువే (అనల్ హక్) అనే అప్పటి మజ్లిస్ పార్టీ సిద్ధాంతాన్ని మగ్దూం అపహాస్యం చేశాడు. ముస్లిం అంటే ఎవరు? అనే చర్చలు వచ్చేవి. శాస్త్ర ప్రకారం 'ప్రతి ముస్లిం రాకుమారుడే' అనేవాడు మగ్దూం. ఒకసారి నిజాం ప్రధానమంత్రి మీర్జా ఇస్మాయిల్ ఒక ఫ్యాక్టరీని సందర్శించాడు. ఆ ఫ్యాక్టరీలో బాలలు గుండీలు తయారుచేస్తున్నారు. పోషకాహారం లేక శుష్కించిన చిగురుపాతల బాలలను చూపిస్తూ 'మన రాకుమారులను సందర్శించండి. బెల్లావిస్టాలో మీకూ ఓ రాకుమారుడు ఉన్నాడు కదా...!' అని మగ్దూం ప్రధానితో అన్నారు. సర్ మీర్జా రుసరుసలాడుతూ నిష్క్రమించాడు. (నిజాం కుమారుడు, బేరార్ యువరాజు సోమాజిగూడాలోని బెల్లావిస్టాలో పాలక కుటుంబాలకు చెందిన తన ఈడు పిల్లలతో గడుపుతోన్న విలాసవంతమైన జీవితం గురించి అప్పట్లో కథలు కథలుగా చెప్పుకునేవారు).

మగ్దూం భావుకుడు. స్వాప్నికుడు. 'సకల జనులు ఆనందంగా,

ఆహ్లాదంగా ఉండాలనే' మహదా కాంక్ష ఆయనను కమ్యూనిస్టు పార్టీలోకి వచ్చేలా చేసింది. సిద్ధాంతబద్ధంగా జీవించాలి అనే పార్టీ పట్టింపుల్లో కొన్నింటిని ఆయన పట్టించుకునేవారు కాదు. పార్టీకి ఆయన పూర్తి స్థాయిలో విశ్వాసపాత్రుడు! పార్టీ విధానం తనకు నచ్చని సందర్భాల్లో సైతం పార్టీ ఆదేశాలకు బద్ధుడైనాడు. ఉదాహరణకు హైదరాబాద్ స్టేట్ భారత ప్రభుత్వంలో కలసిన తర్వాత కూడా తెలంగాణాలో పార్టీ సాయుధ పోరాటం చేసింది. పోరాట విరమణ చేయాలని మగ్దూం భావించాడు. ఆ మేరకు పార్టీలో వాదించాడు. కొనసాగాల్సిందే అన్న పార్టీ నిర్ణయాన్ని తలదాల్చాడు.

వీధుల్లో భవంతుల్లో ప్రకంపనలు...

సామరస్య భావాలు, హాస్యచతురత, కవిత్వం మగ్దూం ప్రత్యేకత. ఇవి ఆయనను సమాజంలోని అన్ని వర్గాలు అభిమానించేలా చేశాయి. అజ్ఞాతవాసంలో పట్టుబడ్డ మగ్దూంకు పోలీసులూ అభిమానులే. మగ్దూం ముఖతా ఆయన తాజా కవిత్వం విని పోలీసులు వదిలేసిన సందర్భాలున్నాయి. ఆయన కవిత్వం తెలంగాణలోనే కాదు దేశమంతటా కమ్యూనిస్టు భావాల వ్యాప్తికి దోహదపడింది. మగ్దూంకు తన పాపులారిటీ గురించి ఎరుక.

'షహర్ మే ధూమ్ హై ఎక్ షోలా నవా కీ మగ్దూం..

(మగ్దూం అనే కొత్త పిడుగు సృష్టిస్తున్న ప్రకంపనాలను నగరపు వీధుల్లో భవంతుల్లో చర్చిస్తున్నారు)' అని కవితలో అన్నారు! "ఎర్ర ఉదయం' అనే పార్టీ ప్రచార కవిత్వంతో పాటు సాహితీ అభిమానులందరూ పాడుకునే కవిత్వాన్ని రాశాడు! చమేలీకీ మాండ్వా తలే (మల్లెపందిరి కింద) అటువంటి గీతమే! ఈ పాట ప్రజల నోళ్ళలో నానిన కొన్నాళ్ళకు సినిమాలో వాడారు. దేశంలోని ఇతర ప్రాంతాల్లోనూ అభ్యుదయ రచయితల సంఘం ఉద్యమవ్యాప్తికి మగ్దూం కవితలు దీప స్తంభాలయ్యాయి. భాగమతిపై ఆయన రాసిన కవిత 'క్లాసిక్'గా సాహితీ అభిమానులు వర్ణిస్తారు. ఈ కోవలో సాహిర్ లూథియాన్వీ రచన 'తాజ్‌మహల్'లో వ్యక్తమయ్యే వ్యంగ్యం మగ్దూం భాగమతిలో కన్పించకపోవడం విశేషం! భాగమతి అనే మహనీయ వ్యక్తిత్వం సమక్షంలో తాను ఉన్నాననుకుని

మగ్దూం ఇలా అంటాడు...

నా పెదవులు నీ పేరు ఎప్పుడు పలికినా
ఒక పద్మం వికసిస్తుంది
కనులు సజలమవుతాయి
ఇప్పుడు ఇక్కడ నీవు లేకపోయినా
నీ సాన్నిధ్యంలోనే కదూ మేమున్నాం.

ఉదయాన్ని స్వప్నిస్తూ నిదురలోకి...

అమరుడైన తమ మనిషి (లెజెండ్)ని ప్రజలు కీర్తిస్తారు. ఒక వ్యక్తి జీవించి ఉండగా లెజెండ్ కావడం అరుదు. మగ్దూం అటువంటి అరుదైన వ్యక్తి! నా జీవితకాలంలో నేను (నరేంద్ర లూథర్) చూసిన లివింగ్ లెజెండ్ మగ్దూం. ఆయన గుణగానంలో సదా పరవశిస్తాను.

మగ్దూం జీవితంలో సాహిత్యం–సామాజిక ఉద్యమాలు పడుగు పేకల్లా కలిసిపోయాయి. మగ్దూం కుమార్తెకు 'అసావేరి' సంధ్యారాగం అని పేరు పెట్టారు. అజ్ఞాతవాసంలో ఉండగా పుట్టిన కుమారుడి పేరు 'సెకండ్ ఫ్రంట్'! తర్వాత కాలంలో 'నుస్రత్' (విజయం) అయ్యాడు! ఉర్దూ దినపత్రిక సియాసత్ వ్యవస్థాపకుడు అబిద్ అలీఖాన్ ఇంట్లో ఓ మరుపురాని సాయంత్రం గడిపాం. జమీలా అనే అందమైన యువతి మగ్దూం సమక్షంలో ఆయన కవితలను గానం చేస్తోంది. అప్పుడు మగ్దూం వయసు సుమారు యాభై. నేను ముప్పైలోకి రాబోతున్నా. మగ్దూంలోని యవ్వన కాంతి నన్ను ఆశ్చర్యపరచింది. ఏమిటీ రహస్యం అన్నాను. 'నీ గురించి చింతించకు. వ్యక్తిగతం కాని మంచి విషయాల గురించి ఆలోచించు' అని హితవు పలికారు! మగ్దూం సలహాను శిరోధార్యంగా భావించాను. వీలైనంతవరకూ అనుసరిస్తున్నాను.

సంజీవయ్య ఎదుట కన్ను గీటారు...

'మల్లెపందిరి కింద' కవితాగానం జరిగిన కొద్దిరోజుల తర్వాత

మగ్దూంను అరెస్ట్ చేయాల్సిందిగా నేను (నరేంద్ర లూథర్) ఆదేశించాల్సివచ్చింది. 'చట్టం అనుమతి లేకుండా వ్యక్తులు సమావేశం కారాదు' అనే నిబంధనను ఉల్లంఘించిన నెపంతో! ఆదేశాలు అమలులో ఉండగానే మగ్దూం ముఖ్యమంత్రి సంజీవయ్యను కలిశారు. అక్కడే చీఫ్ సెక్రటరీ ఉన్నారు. 'సమాజానికి పెనుముప్పు పొంచి ఉంటే ప్రజలు కలిసి మాట్లాడుకోవడం మానవత్వానికి సంబంధించిన విషయం. ఈ కనీస జ్ఞానం లేనివాడు మీ చీఫ్ సెక్రటరీ' అని మగ్దూం చెడామడా తిట్టారు. ప్రజాసంఘాలు, నాయకులపట్ల అవగాహన ఉన్న సంజీవయ్య, మగ్దూంను విడుదల చెయ్యండి అన్నారు. తలదించుకున్న చీఫ్ సెక్రటరీతో కరచాలనం చేస్తూ, మగ్దూం నా వైపు కన్నుగీటారు!

ఒక 'బ్రహ్మానందం'!

బ్రహ్మానందరెడ్డి హయాంలో ఒకసారి మగ్దూం నిరాహారదీక్షకు కూర్చున్నారు. పెరిగిన బియ్యం ధరలు తగ్గించాలని డిమాండ్ చేస్తూ! మగ్దూం అప్పటికే అనారోగ్యంతో ఉన్నారు. దీక్షలో పరిస్థితి విషమిస్తోంది. విరమింపజేయాలంటే ప్రభుత్వం నుంచి హామీని రాబట్టాలి. మగ్దూం సహా రాజ్‌బహదూర్ గౌర్ మరికొందరు చర్చలకు ముఖ్యమంత్రి చాంబర్‌కు వెళ్ళారు. ముఖ్యమంత్రి కమ్యూనిస్టుల పట్ల విముఖతతో ఉన్నారు. ఏవో ఫైళ్ళను చూస్తున్నట్టు నటిస్తూ తల ఎత్తలేదు. మూతి బిగించినవారితో సంభాషణ సాధ్యమా? అప్పుడు మగ్దూం తనవాళ్ళతో "బ్రహ్మానందంగా' ఉండే వ్యక్తి కోసం కదా మనం వచ్చాం. ఇక్కడ అలాంటివాళ్ళెవరూ లేనట్లుంది. కేవలం ముఖ్యమంత్రి మాత్రమే ఉన్నట్లున్నారు. పోదాం పద" అన్నారట! ఆ మాటలకు ముఖ్యమంత్రి 'బ్రహ్మానందభరితుడయ్యారు.

ఉద్యమకారుల డిమాండ్లను అంగీకరించారు. 'రాజ్' కూడా (బ్రహ్మానందం చెందారు. పేదల కోసం విజయవంతంగా దీక్ష చేసిన తన మిత్రుడు మగ్దూం ఓ ముద్ద తిన్నారు మరి.

నెరవేర్చని వాగ్దానం

'మగ్దూం చాచా' అని పిలిచే రాజ్ బహదూర్ గౌర్ కుమార్తె తమారా అంటే ఆయనకు ప్రత్యేక వాత్సల్యం. ఆమెకు ఇచ్చిన ఒక వాగ్దానాన్ని మగ్దూం నెరవేర్చలేకపోయారు. 1969లో రాష్ట్రపతి ఎన్నికలు జరుగుతున్నాయి. వి.వి.గిరి గెలిస్తే కోన్ ఐస్క్రీం ఇప్పిస్తానన్నారు మగ్దూం. శాసనమండలిలో సిపిఐ సభాపక్షనేతగా రాణించిన మగ్దూం పార్టీ పనులపై ఢిల్లీ వెళ్ళారు. ఆగస్టు 25 ఉదయం ఢిల్లీలో నివసించే రాజ్ బహదూర్‌కు ఫోన్‌చేసి, నిద్రలేపారు. ఒంట్లో బాగోలేదన్నారు. మిత్రుడిని వెంటనే పంత్ హాస్పిటల్‌లో చేర్చారు గౌర్. మధ్యాహ్నం తుదిశ్వాస విడిచారు. ఆ ఒక్క సందర్భమే చాచా అన్నమాట నిలుపుకోనిది, అంటారు తమారా!

ఢిల్లీనుంచి వచ్చిన మగ్దూం భౌతికకాయాన్ని సందర్శించేందుకు నగరం జనసంద్రం అయింది. అన్ని అశ్రునయనాలను నగరం ఎన్నడూ చూడలేదు. హజ్రత్ షా ఖమోష్‌లో ఖననం చేసేందుకు ఏర్పాట్లు జరుగుతున్నాయి. ఒక అవిశ్వాసిని ఇక్కడ ఖననం చేసేందుకు ససేమిరా

అన్నారు ఛాందసులు. అభ్యంతరాలను మగ్దూం అభిమానులు తోసిపుచ్చారు. 'జిందాబాద్' నినాదాలతో మగ్దూం భౌతికకాయాన్ని సగౌరవంగా విశ్రమింపజేశారు. సమాధిపై ఆయన కవితా పంక్తులు శిలాక్షరాలై ఉన్నాయి.

"బజ్మ్ మే దూర్ వో గాతా రహా తన్హా తన్హా

సో గయా సజ్ పర్, సర్ రఖ్ సహర్ సే పహెలే"

(సమూహాలకు దూరంగా పాడుతున్నాడతడు తనివితో తనివితో

తంత్రిణిపై తలను చేర్చి నిదురలోకి జారాడు ఉదయానికి పూర్వమే)

హైదరాబాద్ ఎన్నో ఉదయాస్తమయాలను చూసింది. నవాబులు, జమిందార్లు, పాలకులు... ఎందరెందరి ఉదయాస్తమాలనో చూసింది! ఒక అనాథ బాలుడిని ఈ నగరం మగ్దూం అనే మహనీయునిగా మలచింది! ఆ హీరోకు పలికిన వీడ్కోలుతో సరిసమానమైంది, అంతకు ముందు ఆ తర్వాత నగరం ఎన్నడూ చూడలేదు. మగ్దూంలాంటి మరొకరు కనిపిస్తారా..? మగ్దూం స్వప్నించిన ఉదయం ఆగమిస్తుందా..?!

కామ్రేడ్ కొత్వాల్

కోట రక్షకుడు కొత్వాల్. ఇప్పటి అర్థంలో సిటీ పోలీస్ కమిషనర్! హైదరాబాద్ స్టేట్ చరిత్రలో 'కొత్వాల్' పదవి పురాతనం, శక్తిమంతం అని విదేశీ యాత్రికులు తమ రచనల్లో పేర్కొన్నారు. అందరిలో అద్వితీయుడు రాజబహదూర్ వెంకట్రామిరెడ్డి! ఆయన హైదరాబాద్ స్టేట్‌లో చివరి కొత్వాల్. తొలి హిందువు. రాష్ట్ర పోలీస్ అకాడమీ 'రాజబహదూర్ వెంట్రామిరెడ్డి తెలంగాణ స్టేట్ పోలీస్ అకాడమీ'గా కొత్త పేరు అలంకరించుకున్న నేపథ్యంలో ఆయన జీవన తరంగాలను తలుచుకుందాం...

మహబూబ్‌నగర్ జిల్లా వనపర్తి సంస్థానం. రాయనిపేట గ్రామంలో వెంకటరామిరెడ్డి 1869 ఆగస్టు 22న జన్మించాడు. తండ్రి 8 గ్రామాల పటేల్. వనపర్తి రాజాకు మేనల్లుని కుమారుడు. వెంకట్రామిరెడ్డి పుట్టిన మూడు రోజులకు తల్లి, ఎనిమిదో ఏట తండ్రి చనిపోయారు. మేనమామ విలియం వాహెబ్ సంరక్షణలో పెరిగాడు. వాహెబ్‌ను అందరూ క్రిస్టియన్ అనుకునేవారు. వనపర్తి రాజా తన పిల్లలకు చదువు నేర్పేందుకు కేథలిక్ టీచర్‌ను నియమించాడు. ముస్లిం పాలకవర్గాల విద్యార్థుల పేర్లకు భిన్నంగా, పిలిచేందుకు వీలుగా ఆ టీచర్ ముస్లిమేతర విద్యార్థులకు క్రిస్టియన్ పేర్లు పెట్టాడు. ఊర్లో చదువయ్యాక వెంకట్రామిరెడ్డి వనపర్తి వచ్చాడు. అక్కడ వనపర్తి రాజా-2 రామేశ్వరరావు సహవిద్యార్థి.

తెల్ల సైనికుడిని పట్టుకున్నాడు...

మేనమామ విలియం వాహెబ్ రాయచూర్‌లో పోలీసు అధికారి. అకస్మాత్తుగా మరణించాడు. వెంకట్రామిరెడ్డికి అప్పటికి పదహారేళ్ళు. విద్యార్హతలు బొటాబొటి! నాజర్ మహమూద్ ఖాన్ అనే పఠాన్, వాహెబ్ వారసునిగా వచ్చాడు. ఆయన వెంకట్రామిరెడ్డికి గ్రేడ్–4 అమీన్ ఉద్యోగం ఇచ్చాడు. వెంకట్రామిరెడ్డి మరీ బక్కగా ఉండేవాడు. పై ఉద్యోగానికి ఇంటర్వ్యూకు వెళ్తూ దుస్తుల్లోపల దూదిపొరలు పెట్టుకున్నాడు. ఇది గమనించిన ముఖ్యాధికారి నవ్వి ఊరుకున్నాడు. ఉద్యోగం ఇచ్చాడు. వేర్వేరు జిల్లాల్లో పనిచేశాడు వెంకట్రామిరెడ్డి. సైన్యం నుంచి తప్పించుకున్న ఓ ఇంగ్లిష్ వ్యక్తిని నిజామాబాద్‌లో పట్టుకున్నందుకు పదకొండు రూపాయలు బహుమానం పొందాడు. ఆయన సమర్థత, కుటుంబ నేపథ్యం పదోన్నతులకు దోహదం చేశాయి. స్టేట్ పోలీస్ చీఫ్ హెమ్కిన్.. హైదరాబాద్ స్టేట్‌లో వెంకట్రామిరెడ్డిని ఉత్తమ పోలీస్‌గా ఎంపిక చేశాడు. హైదరాబాద్ శివారు జిల్లా (అత్రాఫ్–ఇ–బల్దా) అధికారిగా పదోన్నతి పొందాడు. ఈ నేపథ్యంలో రాజేశ్వరరావు–2 వనపర్తి రాజా అయ్యాడు. తన ఎస్టేట్‌కు కార్యదర్శిగా ఉండమని వెంకట్రామిరెడ్డిని ఆహ్వానించాడు. అదే సమయంలో హైదరాబాద్ కొత్వాల్‌గా బాధ్యతలు తీసుకున్న నవాబ్ ఇమాదత్ జంగ్ అసిస్టెంట్ కొత్వాల్‌గా వెంకట్రామిరెడ్డిని నియమించుకున్నాడు. 1920లో ఇమాదత్ జంగ్ చనిపోయే వరకు ఆరేళ్ళు నగర పోలీస్ విభాగంలో ఎన్నో సంస్కరణలు ప్రవేశపెట్టాడు.

అచ్ఛా ఆప్ జా సక్తే...

ఒకరోజు వెంకట్రామిరెడ్డికి నిజాం నుంచి పిలుపు వచ్చింది. అప్పటికి ఆయన నిజాం ప్రభువుకు ఎన్నడూ తారసపడలేదు. పోలీసులు సాధారణంగా ప్రభువుకు తారసపడరు. పోలీసుల నుంచి పౌరులకు పిలుపు వచ్చినా, పాలకుల నుంచి పోలీసులకు పిలుపు వచ్చినా తెలియని పరేషాన్! ప్రభువు తననెందుకు పిలిచాడో? ప్రభువు సందర్శన కోసం కింగ్‌కోఠిలో వెంకట్రాంరెడ్డి నిరీక్షిస్తున్నాడు, చిరుచెమటలతో! ఆ రోజు శుక్రవారం. ప్రార్థన అనంతరం తన సమక్షానికి విచ్చేసిన వెంకట్రాంరెడ్డిని నిజాం

నాలుగైదు పర్యాయాలు ఎగాదిగా చూశాడు. 'అచ్ఛా ఆప్ జా సక్తే' అన్నాడు. మరునటి రోజు వెంకట్రామిరెడ్డిని నిజాం కొత్వాల్‌గా నియమించాడు. ఆ రోజునుంచి ప్రతిరోజూ అనేకసార్లు కొత్వాల్ నిజాంను పరకాయించి చూసేవాడు.

ఆర్డర్లీ ఫిర్యాదు...

స్వాతంత్ర్యోద్యమం పుంజుకుంటున్న వాతావరణం. అహ్మదాబాద్ బృందం స్థానిక నాయకులతో కలసిపోయి రెసిడెన్సీ కోర్టు భవనం కిటికీలు, తలుపులు ధ్వంసం చేసింది. కొత్వాల్ సంఘటనా స్థలానికి వెళ్ళి ప్రదర్శకులను సమాధానపరచారు. గణేష్ ఉత్సవం సజావుగా సాగేందుకు నగరంలో తొలిసారిగా కొత్వాల్ నలుగురు పోలీసులతో వినాయకుడి పల్లకీ మోయించేవారు. కొత్వాల్‌కు ఇంగ్లిష్ పరిజ్ఞానం లేదు. ప్రిన్స్ ఆఫ్ వేల్స్ నగర పర్యటనకు ముందు ఇంగ్లిష్ నేర్చుకోవడం మొదలుపెట్టారు. పనికొచ్చే పదాలను, వాక్యాలను రాత్రిపూట తన గదిలో పెద్దగా పలికేవారు. సంగతి తెలియని ఆర్డర్లీ తన బాస్‌కు ఏదో అయ్యిందని పోలీస్ స్టేషన్‌లో తనపై అధికారికి ఫిర్యాదు చేశాడు. తర్వాత నిజం తెలిసి అంతా నవ్వుకున్నారు. ప్రిన్స్ బసచేసిన ప్యాలెస్‌లోకి 'తెల్ల' సెక్యూరిటీని పక్కన పెట్టి మొత్తం బాధ్యతను నిజాం కొత్వాల్‌కు అప్పజెప్పాడు.

నిజాం కుమారుల అప్పుపై విచారణ...

నిజాం తన పుట్టినరోజు సందర్భగా కొత్వాల్ వెంకట్రామిరెడ్డికి రాజ బహదూర్ బిరుదునిచ్చాడు. మరుసటి ఏడాది బ్రిటిష్ ప్రభుత్వం 'ఆర్డర్ ఆఫ్ ద బ్రిటిష్ ఎంపైర్'తో సత్కరించింది. అనేకసార్లు పదవీకాలం కొనసాగింపులు పొందిన తర్వాత 1934లో 'కొత్వాల్' పదవీ విరమణ

చేశాడు. జీతంలో సగం మొత్తం పెన్షన్‌గా ఇచ్చే ఆనవాయితీ ఉండేది. అందుకు భిన్నంగా జీతంలో సగానికి మించి నెలకు వెయ్యి రూపాయలను వెంకటరామరెడ్డికి పెన్షన్‌గా మంజూరు చేశారు నిజాం. సుదీర్ఘ కాలం 1920 మార్చి 19 నుంచి 1934 జూలై 1 వరకూ పద్నాలుగుళ్ల కొత్వాల్‌గా పనిచేసిన రాజబహదూర్‌ను మరుసటి రోజు నుంచే నిజాం తన ప్రైవేట్ ఎస్టేట్‌కు స్పెషల్ ఆఫీసర్‌గా నియమించుకున్నాడు. తన వారసులు చేసిన అప్పులపై విచారణ జరిపేందుకు రాజ బహదూర్ అధ్యక్షతన కమిషన్ ఏర్పాటుచేశాడు.

విద్యానిధి మిగులు ధనం రూ. 30

ప్రభుత్వోద్యోగం చేస్తూ సమాజ సేవ చేసిన అరుదైన వ్యక్తి వెంకట్రామిరెడ్డి. తనలా గ్రామీణ ప్రాంతాల ప్రజలు బొటాబొటి చదువుకు పరిమితం కాకుండా ఉన్నత చదువులు చదవాలని, తాను అందుకు దోహదపడాలని భావించారు. ఆబిడ్స్‌లో 1918లో 'రాజ బహదూర్ వెంకటరామిరెడ్డి ఎడ్యుకేషనల్ సొసైటీ' స్థాపించారు. రెడ్డి హాస్టల్ నెలకొల్పారు. తన కులస్థులే కాదు ఇతర బలహీన వర్గాల విద్యార్థుల భవిష్యత్తు కోసం కృషి చేశారు. దివంగత మాజీ ప్రధాని పీవీ నరసింహారావు, ఉత్తరప్రదేశ్ మాజీ గవర్నర్ బి. సత్యనారాయణరెడ్డి, మాజీ ముఖ్యమంత్రి మర్రి చెన్నారెడ్డి, యూజీసీ ఛైర్మన్ జి. రాంరెడ్డి, అనేకమంది న్యాయమూర్తులు, లాయర్లు, డాక్టర్లు ఈ హాస్టల్‌లో ఉండి చదువుకున్నవారే!

హిందూ విద్యార్థినులు కూడా బురఖా వేసుకోవాలని నిబంధన ఉన్నరోజుల్లో 'రెడ్డి బాలికల పాఠశాల' స్థాపించారు. ఈ పాఠశాలను ఉస్మానియా విశ్వవిద్యాలయం గుర్తించని నేపథ్యంలో పూణెకు చెందిన కార్వే ఇన్‌స్టిట్యూట్‌కు అనుసంధానం చేశాడు. ఈ బడి తర్వాత కళాశాల అయ్యింది. మాడపాటి హనుమంతరావు బాలికల ఉన్నత పాఠశాల, బాలుర ఆంధ్ర విద్యాలయం తదితర సంస్థలకు ఆయన సహాయం చేశారు. వేలాదిమంది లబ్ధిదారులు ఆయన గుప్తదానాల గురించి చెబుతారు. చట్టసభలో సభ్యుడిగా బాల్యవివాహాల రద్దుకు, వితంతు వివాహాల ప్రోత్సాహానికి మద్దతునిచ్చారు. ఆయన 1956లో పరమపదించారు. అప్పటి

ఆయన పెన్షన్‌లో మిగులు ధనం ముప్ఫై రూపాయలు. ఒక పోలీసు ఉన్నతాధికారికి ప్రజలు పలికిన నీరాజనానికి ప్రతీకగా, నారాయణగూడ సర్కిల్‌లో వెంకట్రామిరెడ్డి విగ్రహం దర్పంగా, సౌజన్యంగా కనిపిస్తుంది. ప్రముఖ విద్యావేత్త కట్టమంచి రామలింగారెడ్డి మాటల్లో...

> రాజ బహదూర్ ఛాతీయే కాదు
> హృదయమూ విశాలమే!
> ఉన్నతాధికారి మాత్రమే కాదు
> నిస్సహాయులను ఆదుకున్న ఉత్తముడు!
> వ్యక్తులకు నమ్మకమైన మిత్రుడు.

అంతేనా...!

జనానికి కామ్రేడ్!

సాహసానికి మారుపేరు

హైదరాబాద్ ప్రభవించిన స్వాతంత్ర్య సమరయోధుల్లో రావినారాయణరెడ్డి హీరో! సాహసం, ఆత్మసౌందర్యం ఆయన సొత్తు. నల్లగొండ జిల్లా, బొల్లేపల్లి గ్రామంలో సమృద్ధ జాగార్దారీ కుటుంబంలో 1908 జూన్ 4వ తేదీన రావి జన్మించారు. హనుమాన్ టేక్డిలోని రెడ్డి హాస్టల్ విద్యార్థి. ఆటలు-స్కేటింగ్-నాటకాల్లో ముందువరుసలో ఉండేవాడు. ఓసారి ఫుట్‌బాల్ ఆడుతుండగా వెన్నెముకకు గాయమైంది. జీవితాంతం ఆ దుర్ఘటన ఫలితం కలుక్కుమనేది. బ్రిటిష్ పాలనకు సహాయ నిరాకరణ చేయండి అనే గాంధీగారి పిలుపునకు హైదరాబాద్‌లో స్పందించిన తొలితరం యువకుడు నారాయణరెడ్డి. ఇంటర్మీడియట్ చదువుకు స్వస్తి చెప్పారు!

రావి 1929లో వార్ధా వెళ్ళారు. గాంధీగారిని కలిశారు. 1929లో మరణించిన తన శ్రీమతి నగలను తీసుకెళ్ళారు. 'హరిజనాభ్యుదయ' కార్యక్రమాలకు వినియోగించాలని విరాళంగా ఇచ్చారు. తక్కర్ బాబా 1932లో అఖిల భారత హరిజన సేవక్ సంఘ్‌ను స్థాపించాడు. హైదరాబాద్ విభాగానికి సరోజినీనాయుడు అధ్యక్షురాలు, కార్యదర్శి రావి నారాయణరెడ్డి. అనారోగ్య కారణాలతో మరుసటి సంవత్సరం సరోజినీ నాయుడు ఆ పదవికి రాజీనామా చేశారు. సేవక్ సంఘ్‌కు ఆయనే ఆరేళ్ళు అధ్యక్ష బాధ్యతలు నిర్వర్తించారు. హైదరాబాద్ స్టేట్ కాంగ్రెస్ పార్టీపై 1938లో

విధించిన నిషేధం ఎత్తేయాలని అక్టోబర్ 24న తొలి బ్యాచ్ సభ్యుడిగా సత్యాగ్రహం చేశారు.

గాంధీయన్ కమ్యూనిస్ట్!

తెలుగు ప్రజల సాంఘిక జీవితం మెరుగు పరచడం లక్ష్యంగా 1928లో ఆంధ్ర మహాసభ అనే సాంస్కృతిక సంస్థ ఏర్పడింది. రావి 1941, 44, 45ల్లో మూడుసార్లు అధ్యక్షునిగా పనిచేశారు. వితంతు వివాహాలు, అక్షరాస్యతా కార్యక్రమాలను నిర్వహిస్తూనే ఆంధ్రమహాసభను క్రియాశీల రాజకీయ సంస్థగా మలిచారు. తమ పార్టీ సభ్యులు 20 ఎకరాల భూమిని మించి కలిగి ఉండరాదు అని కమ్యూనిస్టు పార్టీ తీర్మానించింది. ఆ స్ఫూర్తిని గాంధేయవాది అయిన రావి నారాయణరెడ్డి స్వీకరించారు. తనకు సంక్రమించిన భూమిలో 20 ఎకరాలను మాత్రమే ఉంచుకుని 500 ఎకరాలను రైతు కూలీలకు పంచిపెట్టారు. 1934లో మహాత్మాగాంధీ సికింద్రాబాద్ మీదుగా పర్యటించినప్పుడు ఆయన కార్యక్రమాలకు సహాయంగా 50 తులాల బంగారాన్ని సమర్పించారు. హైదరాబాద్‌లో కాంగ్రెస్ పార్టీ పనితీరు నిస్సారమైన వాతావరణంలో 1939లో రావి కమ్యూనిస్టు పార్టీలో చేరారు. తెలంగాణా సాయుధ పోరాటానికి వీరోచితంగా నాయకత్వం వహించారు.

అజ్ఞాతం లేదా జైలు!

ఢిల్లీలో ఎర్రకోటపై 1947 ఆగస్టు 15న మువ్వన్నెల జెండా ఎగిరింది. కమ్యూనిస్టు పార్టీ సాయుధ పోరాట విరమణ చేస్తుందని, చేయాలని రావినారాయణరెడ్డి భావించారు. మగ్దూం మోహియుద్దీన్, రాజ్ బహదూర్ గౌర్ కూడా అదే భావనలో ఉన్నారు. అయితే కొందరు అలా భావించలేదు. 1946 ఫిబ్రవరిలో కోల్‌కతాలో జరిగిన కమ్యూనిస్టు పార్టీ రెండవ కాంగ్రెస్

'సాయుధ పోరాటాన్ని కొనసాగించాల్సిందే' అని ఆదేశించింది. ఈ ప్రకటన వెలువడిన మూడు రోజులకు పార్టీపై ప్రభుత్వం నిషేధం విధించింది. అజ్ఞాతవాసం నుంచి వెలుపలకు రావాలని భావించిన రావి నారాయణరెడ్డి తదితరులు నిషేధం నేపథ్యంలో మళ్ళీ అజ్ఞాతవాసానికి వెళ్ళాల్సివచ్చింది. నో అదర్ గో! అజ్ఞాతం లేదా చెరసాల! హైదరాబాద్ స్టేట్ పై 1948 సెప్టెంబర్లో పోలీసు చర్య జరిగింది. నిజాం బేషరతుగా లొంగిపోయాడు. కాంగ్రెస్ ప్రభుత్వం ఆయనను రాజప్రముఖ్ గా సంతృప్తిపరచింది. కమ్యూనిస్టులు జైళ్ళల్లోనే. కమ్యూనిస్టు పార్టీ సాయుధ పోరాటాన్ని 1951 అక్టోబర్లో విరమించింది. భారత ప్రభుత్వం 1952లో తొలి సాధారణ ఎన్నికల షెడ్యూల్ ప్రకటించింది. కమ్యూనిస్టు పార్టీపై నిషేధం తొలగిపోలేదు. ఈ నేపథ్యంలో పీపుల్స్ డెమొక్రటిక్ ఫ్రంట్ (పీడీఎఫ్) తరఫున కమ్యూనిస్టులు పోటీ చేశారు.

నల్లగొండలో క్లీన్ స్వీప్...

ఎన్నికల ముందు జైలునుంచి విడుదలైన రావి, లోక్ సభ, శాసనసభ స్థానాలు రెండింటికీ పీడీఎఫ్ తరఫున పోటీ చేశారు. రెండుచోట్లా దిగ్విజయం సాధించారు. భారత ప్రథమ ప్రధానమంత్రి జవహర్లాల్ నెహ్రూ కంటే రావి అత్యధికంగా ఓట్లు పొందడం అందరికీ తెలిసిందే. నల్లగొండ జిల్లాలో 14 అసెంబ్లీ స్థానాలుండేవి. అన్ని స్థానాల్లో గెలిచింది ఒక్క నల్లగొండ జిల్లాలోనే! రావి రెండు నియోజకవర్గాల్లో మాత్రమే ప్రచారం చేశారు! రావి ప్రభావ క్షేత్ర విస్తృతికి ఇదొక ఉదాహరణ!

రెండవసారి 1957లో ఎన్నిలొచ్చాయి. గత ఎన్నికల్లో పీడీఎఫ్ అధికారంలోకి వచ్చే అవకాశాలను విఫలం చేసిన కాంగ్రెస్ పై ఎలాగైనా పైచేయి సాధించాలని కమ్యూనిస్టు పార్టీ, ఇతర మిత్రపక్షాలు భావించాయి. ఆ క్రమంలో రావి నారాయణరెడ్డిని అసెంబ్లీకి పోటీకి నిలిపాయి. ఆయన ప్రత్యర్థి ఎవరు? వి. రామచంద్రారెడ్డి. ఆయన త్యాగం చేసిన నూరెకరాలతోనే వినోబాభావే భూదానోద్యమానికి పోచంపల్లిలో శ్రీకారం చుట్టారు. రావి భార్యకు రామచంద్రారెడ్డి స్వయానా అన్న! ప్రజాదరణలో ఎవరికి ఎవరు తీసిపోతారు?! రావి ఎనిమిది వేల ఓట్ల మెజారిటీతో గెలిచారు. ఆంధ్రప్రదేశ్

ఏర్పడేందుకు ఉదాత్త భావనలతో గట్టిగా కృషి చేసిన వ్యక్తి రావి నారాయణరెడ్డి.

పెన్షన్లు ఎప్పుడు...

రావి నారాయణరెడ్డి పదహారణాల నాస్తికుడు. కుటుంబసభ్యులు మందిరానికి వెళ్తే కాదు అనని ప్రజాస్వామ్యవాది. తన వివాహానంతరం రావి ఒక విల్లు రాశారు. తాను మరణిస్తే తన భార్య వైధవ్య ప్రతీకలను ఆమోదించరాదని, కట్టూ, బొట్టులతో సలక్షణంగా ఉండాలని కోరారు! తర్వాత విల్లును మార్చారు. ఆదర్శమయినా ఒకరు మరొకరిపై రుద్దరాదని ఆయన భావించారు. అది తన అభిప్రాయం మాత్రమేనని, ఆమె తన అభీష్టానుసారం జీవించవచ్చునీ సవరించారు. భార్య మరణించిన అరవై ఏళ్ళకు 1991 సెప్టెంబర్ 7న రావి మరణించారు. తన అస్తికలను గంగానదిలో కలపవద్దని పొలంలో చల్లితే చాలని అన్నారు. ఆ మేరకు వారసులు పచ్చని పొలాల్లో రావి 'విభూది'ని చల్లారు. భూస్వామిగా జన్మించి ఆ వ్యవస్థను భూస్థాపితం చేయడమే లక్ష్యంగా జీవించారు రావి నారాయణరెడ్డి. తన సహచరుడు చెన్నమనేని రాజేశ్వరరావుతో ఆయన చెప్పిన చివరి మాటలు ఏమిటో తెలుసా? 'తెలంగాణ పోరాటయోధులకు పెన్షన్‌లు ఎప్పటిలోగా వస్తాయి?'

తెలంగాణ సాయుధపోరాటం ఎలా ముగిసింది?!

రాజ్యాన్ని కూలదోయాలని తెలంగాణ కమ్యూనిస్ట్ పార్టీ 1947 సెప్టెంబర్‌లో పిలుపునిచ్చింది. పోరాటాన్ని ఉధృతం చేయాలని ఆయుధాలను చేతబట్టాలని ఆదేశించింది. పార్టీ ఆదేశం మేరకు కార్యకర్తలు అన్ని విధాలా ఆయుధాలను సేకరించారు. పోలీస్ స్టేషన్లను లూటీ చేసి, సైనిక దళాలపై మాటు వేసి, భూస్వాముల నుంచి కైవసం చేసుకుని వీలైన అన్ని మార్గాల్లో ఆయుధాలు స్వంతం చేసుకున్నారు. 'దళాలు' అనే ప్రత్యేక బృందాలు ఏర్పరచారు. అందులో చేరిన కార్యకర్తలు చనిపోయేవరకూ తమలో పోరాటపు చేవ చావదని ప్రమాణాలు చేశారు.

సాయుధ పోరాటపు అత్యున్నత దశలో పోలీస్ యాక్షన్‌కు ముందు

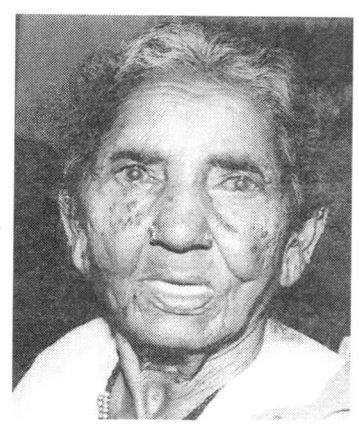

నల్గొండ జిల్లాలో రెండు వేలకు పైగా గ్రామాలను కమ్యూనిస్ట్ పార్టీ 'విముక్తం' చేసింది. ఆయా గ్రామాల్లో భూసంస్కరణలను అమలు చేసింది. రెండు వందల ఎకరాలకు పైగా ఉన్న భూస్వాముల నుంచి భూమిని స్వాధీనం చేసుకుని భూమిలేని రైతులకు, కూలీలకు పంచింది. గ్రామాలలో వ్యవసాయ కూలీల వేతనం పెంచారు. కనీస మొత్తం చెల్లించే అవగాహనతో గీతకార్మికులకు తాటిచెట్లను అప్పగించారు. వ్యవసాయానికి ఉపకరించే చెరువులు, కాల్వలు, బావులు తవ్వేందుకు ప్రజలు స్వచ్ఛందంగా ముందుకు వచ్చారు. నాగళ్ళు, ఎడ్లబండ్లు తయారు చేసుకునేందుకు అటవీభూముల నుంచి ఉచితంగా కలపను తీసుకునే హక్కును రైతులకు ఇచ్చారు. ప్రజాకోర్టులు ఏర్పరచారు. వితంతు వివాహాలు చేశారు. రాత్రిపాఠశాలల ద్వారా పెద్దవాళ్లకు అక్షరాలు నేర్పారు. తమదైన రీతిలో ప్రపంచం గురించి అవగాహన కలిగించారు. ఒక కొత్త సాంఘిక, రాజకీయ చైతన్యం! 'జగతికి నేడే పుట్టిన రోజట' అన్నట్లుగా వినూత్న వాతావరణం, గ్రామాల్లో ఎల్లెడెలా!

గ్రామీణ ప్రాంతాల్లో విశాల భూభాగాన్ని కమ్యూనిస్ట్‌పార్టీ తమ నియంత్రణలోకి తెచ్చుకుంది. గ్రామీణులు వారిని బోనాలతో స్వాగతించారు. ఒక దశలో 'అదిగో చూడు రేపే నేడు...' అన్నట్లుగా ఎర్ర విప్లవం కనుచూపు మేరలో కన్పించింది!

ఆ సమయంలో 1948లో వచ్చింది 'పోలీసు చర్య' ఉత్పాతంలా! 'చర్య' అనంతరం మూడు రోజుల్లో పార్టీపై నిషేధమూ వచ్చింది. అప్పటికి కొందరు కమ్యూనిస్ట్ పార్టీ నాయకులు అజ్ఞాత వాసం నుంచి బహిరంగంగా వచ్చారు. అజ్ఞాతంలో ఉన్న ఇతరులు బయటకు రావడానికి సంసిద్ధులవుతున్నారు! ఆ పరిస్థితుల్లో తిరుగుబాటును కొనసాగిద్దామని, వద్దు ముగిద్దామనే భిన్నాభిప్రాయాలు తీవ్రశృతిలో దీర్ఘధ్వనితో

వ్యక్తమవుతున్నాయి! ఉద్యమ కేంద్రంలో అజ్ఞాతంలో ఉన్న వారిలో అనేకులు సాయుధ పోరాటాన్ని విరమిద్దామని భావించారు. ఆ క్షేత్రానికి దూరంగా మైదాన ప్రాంతంలో ఉన్నవారు కొనసాగిద్దామని భావించారు.

కమ్యూనిస్ట్ పార్టీలో ప్రధాన కార్యదర్శి పదవి అత్యున్నతమైనది. రణదివే పార్టీ ప్రధానకార్యదర్శి. ఆయన అభిప్రాయం ప్రకారం "ఎర్రకోటపై మూడు రంగుల జండా ఎగిరినప్పటికీ ఎర్రజెండా ఎగరని నేపథ్యంలో భారత దేశం స్వేచ్ఛను పొందలేదు. అప్పటి 'ప్రథమ భారత ప్రధానమంత్రి' పేరుకు మాత్రమే ప్రధాని! వాస్తవానికి అతడు ఆంగ్లో-అమెరికన్ ఏజెంట్! కాబట్టి సాయుధ పోరాటం సమున్నతంగా కొనసాగించాల్సిందే!"

ఇదిలావుండగా రైతుకూలీల భావజాలంలో కూడా మార్పు వచ్చింది! ప్రజలు వ్యతిరేకించే జాగిర్దారీ వ్యవస్థను 1949 ఆగస్టులో గవర్నర్ జనరల్ రద్దు చేశారు. అప్పటికి ప్రజలు అనుభవిస్తోన్న ఆస్తులపై హక్కులను నిర్ధారిస్తూ పౌరప్రభుత్వం ఆదేశాలను జారీ చేసింది. ఇప్పుడు ఎందుకు పోరాటం చేయాలి? కొత్త ప్రభుత్వం సక్రమంగానే పాలిస్తోంది కదా! అని గ్రామీణ ప్రాంతాల ప్రజలు భావించసాగారు! ఈ నేపథ్యంలో ఒక మహానాయకుడి అనుభవమూ ప్రస్తావనార్హమే!

చంద్ర కన్నీటి తెర!

'కంట నిప్పులను చెరగిన చంద్ర రాజేశ్వరయ్య' అని ప్రజలు పాటలు

కట్టి పాడుకునేవారు. నగర జీవితమే తప్ప గ్రామీణ ప్రపంచం గురించి తెలియని నిజాం పాలనను కూలదోసేందుకు చంద్రరాజేశ్వరరావు రగిలించిన ఉద్యమస్ఫూర్తికి ఉదాహరణ ఆ కితాబు! కమ్యూనిస్ట్ పార్టీ అగ్రనాయకుడు చంద్ర రాజేశ్వరరావు పోలీస్ చర్య అనంతరం మారిన పరిణామాలను ప్రత్యక్షంగా గమనించారు. ఉద్యమ ఉచ్ఛస్థితిలో కరీంనగర్ జిల్లాలోని దామెలకొండలో ఆయన అజ్ఞాతవాసం గడిపారు. అప్పట్లో గ్రామీణులు ఆయనను ఆరాధించారు. నెత్తినపెట్టుకున్నారు. మారిన పరిస్థితుల్లో అక్కడి గ్రామీణుల, గిరిజనుల చూపుల్లో తేడాను ఆయన గమనించారు. అప్పటి నులివెచ్చదనం లేదు! తమపట్ల ప్రజల హృదయాలు ఘనీభవించాయి.

అజ్ఞాతవాసంలో వున్న తాను ప్రజలను ఆశ్రయించాడు. ప్రజలు పార్టీ పట్ల విరక్తులయ్యారు. ఈ పరిస్థితుల్లో, ఆకలి తట్టుకోలేక, ఇచ్చేవారెవరూ లేక కొన్ని సద్దకంకులను తెంచుకుని కాల్చుకుని ఆకలిని చల్లార్చుకునే ప్రయత్నం చేస్తున్నాడు. ఇంతలో ఒక అలికిడి. ఇదంతా గమనిస్తోన్న గిరిజనులు సంశయాత్మకంగా నిల్చున్నాడు. ఏదో ప్రమాదం ముంచుకు వస్తోంది అని ఊహించిన చంద్రరాజేశ్వరరావు క్షణాల్లో ఆ ప్రాంతం నుంచి మాయమయ్యాడు. క్షణశకలం ఆలశ్యమైతే తనను చుట్టుముట్టిన భారతప్రభుత్వపు సైన్యపు బందీ అయ్యేవాడే!

నిన్న దళాలను స్వాగతించిన గ్రామీణులే నేడు రావొద్దయ్యా అని ప్రాధేయపడుతున్నారు! నైజాం ప్రభుత్వానికి వ్యతిరేకంగా గ్రామీణులకు రక్షణగా నిలచిన కామ్రేడ్లు, భారత ప్రభుత్వ సైన్యాల ధాటికి గ్రామీణులకు రక్షణ కల్పించడం అటుంచి తమను తాము రక్షించుకోలేక పోయారు. గతంలో వలె ఇప్పుడు గ్రామాల్లో వారు ఉండలేక పోతున్నారు! కామ్రేడ్ల రాకపోకలను పోలీసులు, సైన్యం అనుసరిస్తోంది! ఈ దశలో ఒక సామెత పుట్టింది

కమ్యూనిస్టులు రాత్రి రాజులు
పోలీసులు పగటి దొరలు

స్టాలిన్ ఉద్బోధ!

హైదరాబాద్ స్టేట్‌లో కమ్యూనిస్టులను భారతసైన్యం నిర్దాక్షిణ్యంగా అణచివేయడం ప్రారంభించింది. బ్రిగ్స్ ప్లాన్‌ను అమలు చేస్తూ! మలేసియాలో కమ్యూనిస్ట్‌లను అణచివేసేందుకు బ్రిటీష్ సైన్యాధికారి 'బ్రిగ్స్' అనుసరించిన వ్యూహంతో! ఏమిటా వ్యూహం? కమ్యూనిస్టుల ప్రాబల్యం ఉన్న గ్రామాలపై విచక్షణా రహితంగా బలప్రయోగం చేయడం! పంటలను దగ్ధం చేయడం. గిరిజనులు, గ్రామస్తులను భీతావహులను చేయడం. దోచుకోవడం. అనుమానితులందరినీ ఒకచోట చేర్చి కంచెవేయడం. వంటచెరకు కోసం మరేదైనా అత్యవసరమై ఎవరైనా మహిళ అడవికి లేదా ఊరి బయటకు వెళ్లాలంటే ఇంటి మగమనిషిని తమ క్యాంపుల్లో జామీన్‌దారుగా ఉంచు కోవడం! మహిళలు తిరిగివచ్చాకే ఆ మనిషిని వదలడం... ఇత్యాదులు!

గెరిల్లా పోరాటంలో ఉన్న పార్టీ కార్యకర్తలకు గ్రామీణుల ద్వారా సమాచారం అందకుండా చేయడం, లేదా తప్పుడు సమాచారం ఇప్పించడం, దళాలను ఏకాకులను చేయడం. అనుపానులను తెలుసుకొని చుట్టుముట్టడం, మట్టుపెట్టడం... దటీజ్ బ్రిగ్స్ ప్లాన్! తెలంగాణలో, కమ్యూనిస్ట్‌ల ప్రభావం ఉన్న ఆంధ్రప్రాంతంలో బ్రిగ్స్‌ప్లాన్ మలేసియాను మరిపించేలా అమలైంది!

కమ్యూనిస్ట్‌లకు నిజాం ప్రభుత్వంపై పోరాటం చేయడం నల్లేరుపై

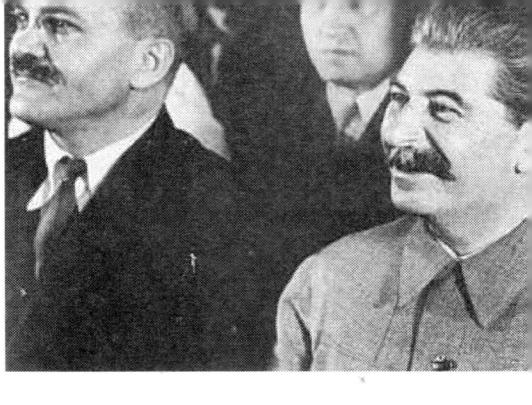

నడకలా సాగింది. భారత ప్రభుత్వంపై పోరాటం కత్తులవంతెనపై విన్యాసమే అవుతోంది! నిషేధం విధించిన మూడు రోజుల్లోనే కమ్యూనిస్టులు మెరికల్లాంటి తమ యోధులు రెండు వందల మందిని కోల్పోయారు. ఈ పరిస్థితుల్లో రణదివే నాయకత్వంలోని భారత కమ్యూనిస్ట్ పార్టీ పోరుబాట పట్టాల్సిందే అని ఆదేశించింది. క్రియాశీలురు మైదానప్రాంతం నుంచి అజ్ఞాతవాసం వెళ్లాలంది. తదనుగుణంగా కరీంనగర్ జిల్లాలోని గోదావరీ అటవీ ప్రాంతానికి నాయకులు, కార్యకర్తలు తరలి వెళ్లారు. వెళ్లిన వారి పరిస్థితి ఎలా ఉంటుంది? మహానాయకుడు చంద్రరాజేశ్వరరావుకే భద్రతలేని పరిస్థితుల్లో!! పార్టీ శ్రేణులు విచలితమయ్యాయి!

ఇంగ్లండ్ కాంటాక్ట్‌తో క్రెమ్లిన్‌కు కబురు!

సాయుధపోరాటాన్ని కొనసాగించడమా? విరమించడమా? పార్టీపై వత్తిడి పెరిగింది. నాయకత్వం తర్జనభర్జనలు పడింది. ఎటూ పాలు పోలేదు. అంతర్జాతీయ కమ్యూనిస్టుపార్టీకి యునైటెడ్ సోవియట్ సోషలిస్ట్ రిపబ్లిక్ అధినేత జె.వి. స్టాలిన్ నాయకుడు. అన్ని దేశాల కమ్యూనిస్ట్ పార్టీలు క్రెమ్లిన్‌లోని ప్రధానకార్యాలయం నుంచి వచ్చే ఆదేశాలను సూచనలను పాటిస్తాయి. ఈ నేపథ్యంలో ఇంగ్లండ్ కమ్యూనిస్ట్ పార్టీ ద్వారా భారత కమ్యూనిస్ట్ పార్టీ తమ సమస్యను చర్చించేందుకు స్టాలిన్‌తో భేటీని కోరింది. ఒక ప్రతినిధి బృందం మాస్కోకు వచ్చి స్టాలిన్‌ను సంప్రదించాల్సిందిగా సూచన అందింది!

నలుగురు సభ్యులు గల బృందం 1951లో మాస్కో బయలు దేరింది! శ్రీపాద అమృత్ డాంగే, అజయ్ ఘోష్, చంద్ర రాజేశ్వరరావు, బసవపున్నయ్య బృందంలో సభ్యులు. మొదటి ఇరువురూ సాయుధ పోరాట విరమణకు అనుకూలురు. మిగిలిన ఇరువురూ విరమణకు అనుకూలురు కాదు, అలాగని కొనసాగించాలని ఇదమిద్ధంగా చెప్పలేకపోతున్నారు.

ఆరు నెలలు అనేక సమావేశాలు!

భారత కమ్యూనిస్ట్‌పార్టీ ప్రతినిధి బృందంలోని నలుగురూ మాస్కో చేరారు. తెలంగాణ సాయుధపోరాటం కొనసాగింపునకు అనుకూల వ్యతిరేక వర్గాల వారి వాదనల ఇంగ్లిష్ డాక్యుమెంట్లు రష్యన్ భాషలోకి అనువాదమయ్యాయి. వాటి ప్రాతిపదికగా అక్కడి నాయకులతో శ్రేణుల వారీగా చాలా చాలా సమావేశాల్లో పాల్గొన్నారు. ఆరు నెలలు గడచాయి. చివరకు క్రెమిన్లో స్టాలిన్‌ను కలిశారు. ఆరోజు 1951 ఫిబ్రవరి 9. మొలటోవ్–మలెకోవ్–సుజ్లోవ్‌లూ ఆ సమావేశంలో పాల్గొన్నారు. స్టాలిన్ రష్యన్‌లో మాట్లాడుతున్నారు. ప్రతినిధిబృందం ఇంగ్లిష్‌లో మాట్లాడుతోంది. నిపుణులు దుబాసీలుగా వ్యవహరిస్తున్నారు. ప్రతి ప్రదమూ ఆచీ తూచీ!

మూడు ప్రశ్నలు!

తెలంగాణలో సాయుధ పోరాటం జరుగుతోన్న ప్రాంతపు మ్యాప్‌ను స్టాలిన్ సహాయకులను అడిగారు. భారతదేశపు చిత్రపటం, దక్షిణ భారతదేశపు సవివర చిత్రపటాలు ఆయన విశాలమైన టేబుల్‌పై క్షణాల్లో పరచారు. స్టాలిన్ తన పైపును పొగాకుతో నింపుకున్నాడు. వెలిగించాడు. ఇలా అడిగాడు ...

'మీరు సాయుధపోరాటం చేస్తోన్న తెలంగాణ ప్రాంతాన్ని ఆనుకుని లేదా దగ్గరగా ఏదైనా విదేశం ఉన్నదా?'

'లేదు'

'మీరు తప్పించుకునేందుకు ఏదైనా ఒక నౌకాశ్రయం ఉన్నదా?'
'లేదు'
'మీరు ఆశ్రయం పొందేందుకు ఏదైనా రక్షిత స్థలం ఉందా?'
'లేదు'

స్టాలిన్ పైపును ఛాతీ అట్టడుగు పొరల్లోకి పీల్చాడు. టేబుల్‌పై మ్యాప్‌లను పక్కకు నెట్టేశాడు. పొగను వదుల్తూ అన్నాడు... 'ఈ పరిస్థితుల్లో మీరు ప్రతిబంధకాలను ఎదుర్కోవడం, పోరాటం చేయడం కష్టమే' అన్నారు! అంతర్జాతీయ కమ్యూనిస్ట్ నేత స్టాలిన్ అభిప్రాయం మేరకు భారతదేశంలో పార్టీ తన విధానాన్ని సవరించుకుంది. ఒపీనియన్‌ను మార్చుకుంది. అప్పటికే కాలాతీతమైంది. భారత ప్రభుత్వం కమ్యూనిస్ట్ పార్టీని భౌతికంగా ఉండచుట్టింది! భారత కమ్యూనిస్ట్ పార్టీపై నిషేధాన్ని ఎత్తివేసింది! అలా తెలంగాణ సాయుధపోరాటం ముగిసింది!

లింకనూ ఒపీనియన్స్ మార్చాడు!

మనుషులు సాంఘిక జంతువులు. మనుగడ కోసం ఈ ప్రాణులు సమూహాలుగా జీవించి తీరాల్సిందే. సమూహాలు సమస్యలను తప్పనిసరిగా తెస్తాయి. వీటిని పరిష్కరించుకునేందుకు ఈ ప్రాణులు పార్టీలను సృష్టించుకుంటాయి. పార్టీలు రెండు రకాలు. అందులో ఒక రకం రాజకీయ పార్టీలు ఇవి. సాలిడ్! 'ఘన' సదృశం!

రాజకీయపార్టీలు ఎందుకు ఏర్పడతాయి? మనుషులు వేగిరపాటును కలిగి ఉంటారు. పూర్వాపరాలు తెలియకుండానే ఒక అభిప్రాయాన్ని ఏర్పరచుకుంటారు. ఒకే అభిప్రాయాన్ని కలిగిన వ్యక్తులు ఒకరినొకరు కలుసుకుంటారు. ఒక పార్టీని స్థాపిస్తారు. ఒక్కసారి అందులో చేరారో... ఆ వర్ణపట్టకం లోంచే చూస్తారు. నిష్పాక్షికత, నిజాయితీ, సమభావన అన్నీ పార్టీ వర్ణపట్టకపు కార్యాకారణ సంబంధాలలోంచే దర్శిస్తారు. రాజకీయపార్టీలు ఎందుకు పాపులర్ అవుతాయి? ప్రజలు తమ గురించి తాము ఆలోచించాల్సిన శ్రమను రాజకీయపార్టీలు తప్పిస్తాయి. ఆలోచించడం అనే కఠినతరమైన పనిని ప్రజలు ఇతరులకు అప్పజెప్పేస్తారు. ఏదో ఒక రాజకీయపార్టీ నీకేం కావాలో ఆలోచిస్తుంది. ఒక అభిప్రాయాన్ని సిద్ధం చేస్తుంది. అది నీ అభిప్రాయమే, నీ గుండె లోతులలోంచి వచ్చినదే అని నిన్ను నమ్మిస్తుంది. నీ కలను మేం నిజం చేస్తాం అంటే ఎంత సంతోషం!!

ఎదుటి వారిలో మంచి దృష్టిదోషం కాదా?!

తాత్వికులకు ప్రతి సమస్యకూ ఒక పరిష్కారం ఉంటుంది. రాజకీయపార్టీలకు ప్రతి పరిష్కారానికి ఒక సమస్య ఉంటుంది! వెళ్లాల్సిన చోటుకు సాదాసీదా మార్గం కళ్లకు స్పష్టంగా కనపడుతున్నా, పార్టీలు తెలియని ప్రత్యామ్నాయ మార్గాలకోసం పోరాడతాయి. విశ్వాసులలో విశ్వాసాలకు అనుగుణంగా భగవంతుడుంటాడు. సగుణుడు, నిర్గుణుడు, చరాచరుడు, ఒకే ఒక్కడు, అనేకులు, ఇలా...

పార్టీలవారు ఏ విశ్వాసులైనప్పటికీ వారి భగవంతునికి ఒకే రూపం. అది వారి అధినాయకత్వం. సత్యం ఏమిటి? అధినాయకత్వపు ఉవాచే! ఐనప్పుడు అంతా సాఫ్‌సీదాగా జరిగిపోవాలి కదా! రాజకీయ పార్టీలకు సమస్యలు రాకూడదు కదా? వస్తాయి, ఒకోసారి!

రాజకీయపార్టీల సమస్య ఏమిటంటే అంతరాత్మ ఉన్నవారు, కర్తవ్యనిష్ఠ కలిగినవారు, ఒకోసారి ఆయాపార్టీల్లో చేరడమే. ఈ తరహా జీవులు ఎదుటి పార్టీకి సంబంధించిన వారు చెప్పేదాంట్లో కూడా సత్యం ఉండవచ్చు అని 'సంశయిస్తారు'! లేదా పార్టీ చెబుతున్నదాంట్లో ఔచిత్యం ఎంత? అని ఆలోచిస్తారు. పార్టీ పట్టకం దాటి చూసే, ఆలోచించే ఇలాంటి సంశయజీవులకు రాజకీయ పార్టీల్లో స్థానం ఉండదు. పార్టీ 'సంశయ జీవులను' అనుమానిస్తుంది. అటువంటి వారిని పార్టీ భరించలేదు. తాము ఎప్పుడూ కరెక్టే అనే నిశ్చితాభిప్రాయాన్ని పార్టీ వ్యక్తులు కలిగి ఉండాలి. ఇప్పుడు పార్టీ ఏమంటుందో దానికి సరిగ్గా వ్యతిరేకంగా భవిష్యత్తులో పార్టీ అవసరాల మేరకు చెప్పగలిగే సామర్థ్యాన్ని పార్టీజీవులు కలిగి

ఉండాలి. దాన్నే 'నిబద్ధత' అంటారు. పార్టీలు మారినప్పుడు ఆయా పట్టకాలకు అనుగుణంగా మారడం రాజకీయజీవులకు తప్పనిసరి!

లింకన్ ఉదయపు వాదన తప్పు!

ఒపీనియన్స్ ఛేంజ్ చేసుకోకపోతే పొలిటీషియన్ ఎలా అవుతారు? లింకన్ కూడా ఇందుకు అతీతుడు కాడు! అమెరికా అధ్యక్షుడు కాకమునుపు, పొలిటీషియన్ కాక మునుపు, అబ్రహాం లింకన్ న్యాయవాది. యువ న్యాయవాది లింకన్ ఒక రోజు ఉదయం ఒక కేసును వాదించారు. తన వాదనతో జడ్జిని మెప్పించి కేసును గెలిచారు. మధ్యాహ్నం పూట అదే కోర్టులో మరో కేసు అదే జడ్జి సమక్షంలో వాదించారు. ఉదయం పూట విన్పించిన వాదనకు పూర్తి వ్యతిరేకంగా కొత్త కేసును వాదించారు. న్యాయమూర్తి నవ్వుతూ "మిస్టర్ లింకన్, ఉదయం నీవాదనలో వ్యక్తం చేసిన అభిప్రాయాలకు పూర్తి వ్యతిరేకంగా ఇప్పుడు వాదించావు. ఇంతకీ ఏది కరెక్ట్?" అని ప్రశ్నించారు. "యువరానర్, ఉదయం నేను తప్పుగా వాదించి ఉండవచ్చు. ఇది మధ్యాహ్నం. ఇప్పుడు నేను వాదిస్తోంది ఖచ్చితంగా ఒప్పే" అన్నారు లింకన్! ఈ కేసూ లింకనే గెలిచారు! రాజకీయాల్లో, వ్యాపారాల్లో వలె న్యాయవాద వృత్తిలోనూ 'పార్టీలు' ఉంటాయి. ఒక రకంగా పార్టీల్లో ఈ మూడూ కలగలసి ఉంటాయి. ఇది రాజకీయపార్టీల 'ఘన' స్వభావం!

రెండో రకం పార్టీలది 'ద్రవ' స్వభావం! కాక్‌టైల్స్‌గా విశ్వవిఖ్యాతం! సాంఘిక జంతువు అయిన మనిషి చేసుకునే ఈ పార్టీలకు ఇతర జంతుజాలానికీ సంబంధం లేదు! ఇందులో మానవ జీవులే ఉంటాయి. మగా–ఆడా! (లేడీస్ ఫస్ట్ అనడం ఈ సందర్భంలో నాకు ఇష్టం లేదు). ఈ పార్టీలు లోకంలో లోకుల మధ్య అనాదిగా జరుగుతున్నాయి. కాక్‌టైల్స్‌లో నేను విన్నవీ, కన్నవీ సిప్ చేద్దాం!

సంశయం వస్తే 'పార్టీ'ని ఆశ్రయిస్తా!

పార్టీలు రెండు రకాలని ఒకటి పొలిటికల్ (ఘన సదృశం) రెండోది నాన్–పొలిటికల్ (ద్రవ సదృశం) అని చెప్పుకున్నాం. కాక్టైల్స్ సాధారణంగా సాయంత్రాల్లో మొదలు పెడతారు. ఎప్పుడు పూర్తవుతాయి? ఎవ్వరూ చెప్పలేరు! రకరకాల కారణాలతో, అకారణాలతో వీటిని నిర్వహిస్తారు. ఒకరిని స్వాగతించేందుకు. మరొకరికి వీడ్కోలు పలికేందుకు. పుట్టుక–పెళ్లి–చావు అన్నీ సందర్భాలే. కాక్టైల్స్కు అసందర్భమంటూ ఉండదు!

వీటిల్లో భోజనాలకు పెద్ద ప్రాధాన్యత ఉండదు. పార్టీల్లో ఫ్లేవర్ పార్టీలు లేని డిన్నర్లో గుభాళిస్తుందా? కాక్టైల్స్లో చిరుతిండ్లు వస్తుంటాయి.

పార్టీలో ఒంపే స్కాచ్ బావున్నంతవరకూ ఆతిథ్యం ఇచ్చేవారు ఎలా ఉన్నా, ఎటువంటి ఇంగ్లిష్ మాట్లాడినా మేధావులకు పట్టింపు ఉండదు. అతిథులందరిలో సౌహార్ద్రభావన వెల్లి విరుస్తుంది. అందరూ అందరిపట్లా చిరునవ్వులు చిందిస్తారు. ఒకరి మాటను మరొకరు మెచ్చుకుంటారు. అంతా శోభాయమానమే! కానీ చిత్రం, కొంతమంది 'నికార్సయిన వ్యక్తుల'తో పార్టీలు విచిత్రంగా మారిపోతాయి. వీరు ఎవ్వరి అభిప్రాయాలతోనూ ఏకీభవించరు. ఈ కేటగిరీ ప్రాణుల పాత్రికలోకి మరో డ్రింక్ ఒంపారా? తమాషా షురూ...

హవ్, ఏ సునే క్యా?!

తమ అభిమతవే మీ అభిమతమూ కావాలని పట్టుబట్టే వాదనాప్రియులతో ఈ నికార్సయిన వ్యక్తులు మాట మాట కలుపుతారు. ఇందుకోసం వీలైనంత వరకు అపోజిట్ సెక్స్‌ను ఎంచుకుంటారు! వాదించి వాదించి ఒకానొకసమయంలో వాకౌట్ చేస్తారు. లేదా మాట్లాడలేనంతగా తాగేస్తారు. మాట్లాడేవారు వినేవారు అలసిసొలసిపోయిన దశలో, అలా ఏకాభిప్రాయాన్ని సాధిస్తారు! కాక్‌టైల్ పార్టీ ఎందుకు? దాని అమరికలో ఒక వైచిత్ర్యం ఉంది. ఒక అంశం గురించి లేదా వ్యక్తి గురించి 'అవునా?' అన్పించే భావనను (ఫీలర్) ప్రవేశపెడుతుంది. 'హవ్, ఏ సునే క్యా?! (అవునూ... ఇది విన్నారా)' లాంటి ఇంట్రడక్షన్తో! ఈ 'కొత్త'ను సర్కిల్స్‌లో చలామణీ చేయడం కాక్‌టైల్స్‌తోనే సాధ్యం. ఎవరి నుంచి ఈ 'తాజా విశేషం' మొదలైందో వారితోనే 'అవునూ ఇది విన్నారా...' అని చెవికొరుకుతారు కొందరు. ఈ ప్రచార వృత్తాంతం బహుముఖంగా వ్యాపించాలని కాక్‌టైల్ పార్టీ ఇచ్చే ముఖ్యఅతిథి ఆశిస్తారు!

పదరస సంచరరే...!

వ్యాపార రంగానికి చెందిన వారికి లేదా ఏదైన ప్రయోజనం ఆశించిన వారికి తాను పార్టీ ఇస్తున్న సందర్భాల్లో ఆతిథ్యం ఇచ్చే వ్యక్తి చాలా హుందాగా ఉంటారు. తొణకరు. ఇతరులంతా తూలి సోలిపోయే వరకూ! వేరే సందర్భాల్లో ఆతిథ్యం ఇచ్చే వ్యక్తి సరదాను ఆశిస్తారు. రాజకీయాలు, కరెంట్ ఈవెంట్స్ చర్చించకుండా ఆపడం ఈ పార్టీల్లో సాధ్యం కాదు.

లోపలకు సోమరసం జారేకొద్దీ మానసంలో పాదరస సంచారం పెరుగుతుంది. జటిలమైన సమస్యలను చిటికెలో పరిష్కరించే జ్ఞానం సిద్ధిస్తుంది. ఈ మాట అనుభవపూర్వకంగా చెబుతున్నాను. కాశ్మీర్ సమస్యను చాలామంది చాలాసార్లు పరిష్కరించారు, కాక్టైల్స్‌లో! మతతత్వానికి, టెర్రరిజానికి, పాలస్తీనా సమస్యలకు

ప్రత్యామ్నాయాలు అలవోకగా చెప్పగా విన్నాను. నేషనల్ క్రికెట్ టీంలో ఎవరెవరుంటే కప్పు మనదే అవుతుందో చిటికెలతో తేల్చిపారేయగా చూశాను. ఇరాక్ సమస్యకూడా చాలా సుహృద్భావ వాతావరణంలో బహుపర్యాయాలు పరిష్కారం కాగా వీక్షించాను. పార్టీలో లేని తమ స్నేహితుల గురించి 'నిజాయితీ'గా మాట్లాడే వారినీ చూశాను. ఫలితంగా ఏర్పడే తుపాన్లను, వాటిని శాంతపరచేందుకు మరికొన్ని కాక్టైల్ పార్టీలు కంపల్సరీ కావడమూ చూశాను.

అతడంటే అసూయ!

ధుమధుమలాడే భర్తలు కాక్టైల్స్‌లో తమ భార్యల పట్ల మహాప్రేమాస్పదంగా, వినయవిధేయతలతో ఉంటారు. మగవాడి కడుపులోకి మూడు డ్రింక్లు చేరాక మహిళ శరీరంలోకి ప్రవేశించే అందం... అనితర సాధ్యం! కాక్టైల్స్‌లో పాల్గొనే మహిళలకు నాదొక సలహా! పార్టీల్లో ప్రశంసలను మీ ముఖవిలువలకు సంబంధించినవిగా ఎప్పుడూ భావించవద్దు! మెచ్చుకున్నా లేదా విమర్శించినా! ఇందుకు ఒక ఉదాహరణ చెబుతాను.

అన్ని తరాల అత్యుత్తమ మహిళానటీమణిగా మేరీ మేడ్లిన్ డిట్రెచ్ (1901–92)ను ప్రపంచ సినిమా కీర్తించింది. ఆ జర్మన్–అమెరికన్ నటి గాయని కూడా. 'ద బ్లూ ఏంజెల్–షాంఘై ఎక్స్‌ప్రెస్–ద డెవిల్ ఈజ్ ఎ

ఉమన్' తదితర చిత్రాల్లో డిట్రెచ్ నటించారు. ఆమె ఒక కాక్‌టైల్ పార్టీలో తనను తాను పెంచుకుంటోంది. ఆ సందర్భంలో నేరుగా ఆమె దగ్గరకు వెళ్లి 'మేడమ్ మీరు ఎంత అందంగా హుందాగా కన్పిస్తున్నారంటే, తాగినప్పుడు ఏ సాధారణ మహిళ అయినా కన్పించేంత అందంగా, హుందాగా' అన్నాడు ఒక జర్నలిస్ట్! నా తరం వారికి అతడంటే అసూయ!

ఇంకో డ్రింక్ తీసుకుంటే...

కొంతమంది అతిగా తాగి టేబుల్ కిందకు పడిపోతారు. సుప్రసిద్ధ అమెరికన్ హాస్యనటి 'అయామ్ నొ ఏంజెల్' ఫేం మాయివెస్ట్‌కు తన పరిమితులు తెలుసు. కాబట్టే 'వద్దు, ఇంకో డ్రింక్ వద్దు. తీసుకుంటే ఆతిథ్యం ఇచ్చిన వారి కిందకు చేరాల్సి ఉంటుంది' అనగలిగారు! కొంతమంది మగవాళ్ల 'సత్యకాముకత' గొప్పది. కాక్‌టైల్స్ వారి స్వభావాన్ని తగ్గించలేవు. ఇంగ్లండ్ ప్రధానమంత్రి విన్‌స్టన్ చర్చిల్ అందుకు ఉదాహరణ.

ఇంగ్లండ్ చట్ట సభలో తొలి మహిళా ప్రతినిధి లేడీ నాన్సీ ఆస్టర్. ఇద్దరూ ఉప్పూ నిప్పూ! చర్చిల్ ఒక సందర్భంలో

'నాన్సీ నువ్వు వికారివి' అన్నాడు.

'విన్‌స్టన్, నీది తాగుబోతు మొహం' అన్నారు నాన్సీ.

ఆమె మాటను తిప్పికొడుతూ

'నాది తాగుబోతు మొహమే! రేపు పొద్దుటికి నేను హుందాగా ఉంటా. నీవు మాత్రం ఎప్పటికీ వికారివే' అన్నాడు!

'సరే, 'ధీమతు'ల పార్టీ, 'సార'మతుల పార్టీల గురించి చెప్పుకున్నాం కదా! నేను ధీమతిని కాదు. ఒకోసారి నా దారికి అటూ ఇటూ వెళు తుంటా. మరీ దూరం పోకముందే అసలు దారికి వస్తుంటా. నేను పట్టిన కుందేటికి మూడేకాళ్లు అనుకోలేని సంశయజీవిని! అందువల్లే ఏ రాజకీయ పార్టీలోనూ చేరలేదు. అలా అని 'సార'మతినీ కాదు! ఫలానా సమస్యకు పరిష్కారం ఏమిటి? అని సందేహం వస్తే, సమాధానాన్ని కాక్‌టైల్ పార్టీల్లో శోధిస్తా!' పార్టీ ఏదైనా ద్రవం ముఖ్యం!

కెసెంద్రా మాట ఎవరు వింటారు?

నీరు జీవితం! చెట్టు చేమకు సమస్త ప్రాణికోటికి నదులు, ఇతర నీటి వనరులే జీవనాధారం! కాబట్టే నగరాలు నదీతీరాల వెంట వెలిశాయి. టిగ్రిస్, నైలు, సింధు నదీతీరాల్లో నాగరికతలు నవనవలాడాయి. నదుల నడక మారిన కారణంగా, నదుల్లో జలరాసులు హరించుకుపోయిన కారణంగా చరిత్రాత్మక నగరాలు అంతరించిపోయిన దాఖలాలున్నాయి. నీరు చరిత్రలోకి ప్రవహించక ముందే ఓ సారి నీటిని స్మరించుకుందాం!

భూగోళం బాస్కెట్‌బాల్ సైజులో ఉంటే, మంచినీటి గోళం పింగ్‌పాంగ్ బంతి సైజులో ఉంటుంది. భూమి ఏర్పడిన రోజు నుంచి ఈ రోజు వరకూ మనిషికి అవసరమైన మంచి నీటి పరిణామంలో మార్పు లేదు! నీటి నిలువల్లోనే మార్పులు! సంప్రదాయక పద్ధతుల్లోని నీటి నిలువలను మనుషులమైన మనం మార్పుకు గురిచేస్తున్నాం! నదుల సహజ ప్రవాహాన్ని అరికట్టి కృత్రిమ జలాశయాలను ఏర్పరుస్తున్నాం. సహజనీటి వనరుల చుట్టూ పరిశ్రమలు, నివాసాలు ఏర్పరచుకుంటున్నాం. ఒక కారు తయారీకి పెద్ద స్విమ్మింగ్ పూల్ పరిణామంలో మంచినీరు వాడతాం. మంచినీటి విలువలు లేని ఒక కూల్‌డ్రింక్ కోసం రెండువందల రెట్లు అధికంగా మంచినీరు వాడతాం. మన చేష్టల ఫలితంగా మంచినీటికి నిలువ జాగా లేకపోతోంది! నీటిని నిలువ చేయడంలో ప్రకృతికి తన దైన పద్ధతులున్నాయి. మన పూర్వీకులు వాటిని గౌరవించారు. అధికారిక

జలాశయాలు ఏర్పడ్డాక వాటి సరఫరా, నియంత్రణ కేంద్రీకృతం అయ్యింది. నీటి సరఫరా బ్యూరోక్రసీ విధుల్లో భాగం అయ్యింది.

జలాశయాలు, కాలువల్లో మేటలు (సిల్ట్) ఏర్పడతాయి. వీటిని క్రమానుగతంగా తొలగించాలి. పాలకులు, అధికార గణం వాటిని పట్టించుకోరు. ఫలితంగా నీటి నిలువ సామర్థ్యం కుంచించుకుపోతోంది! కొత్త కాలనీలు నిర్మించేపుడు, వ్యక్తులు ఇళ్లు కట్టుకునే సందర్భాల్లో అప్పటికే ఉన్న మురుగుకాల్వలకు నష్టం కలుగకుండా చేయడం, కొత్తవాటిని ఏర్పరచుకోవడం అనే అంశంలో దారుణమైన అంధత్వాన్ని ప్రదర్శిస్తున్నారు. ఫలితం? చినుకు చిటుక్కుమంటే నగరం ముంపునకు గురికావడం అనుభవంలోకి వస్తోనే ఉంది కదా!

సేద్యానికి జూదానికి తేడా ఏమిటి?

వీటికి తోడు భూతాపపు పెరుగుదల వాతావరణంపై విపరీత ప్రతికూలతను చూపుతోంది. వానలు వెర్రెత్తుతున్నాయి. రుతువులకూ వానలకూ సంబంధం లేకుండా పోతోంది. ఈ నెలలో ఈ కార్తెలో వానలు వస్తాయి అనే శతాబ్దాల లెక్కలు తల్లకిందులు కావడంతో నీటి నిలవలపైనా ఆ ప్రభావం పడుతోంది. 'వానాకాలం పంట' అనే నానుడికీ కాలం చెల్లుతోంది. భారతీయ వ్యవసాయం జూదప్రాయంగా మారుతోంది. జూదశాల (క్యాసినో)కు వ్యవసాయానికీ తేడా ఏమిటి? క్యాసినో ఎప్పుడు తెరుస్తారో తెలుస్తుంది. మనమెంత నష్టపోతామో తెలుస్తుంది. వ్యవసాయ జూదం ఎప్పుడు మొదలవుతుందో తెలీదు. ముగింపు ఎప్పుడూ సుఖాంతం

కాదు కదా! ఒకోసారి ప్రాణాంతకమూ!!

నీటి కంటె చమురు చౌక

గతంలో ఎప్పుడూ వినని 'నీటి కరువు' అనే పరిస్థితిని మనం అనుభవంలోకి తెచ్చుకుంటున్నాం. కెసెండ్రా గుర్తుంది కదా? ట్రాయ్ రాజు ప్రియం పుత్రి కెసెండ్రా. ఆమె అందానికి అబ్బురపడ్డ అపోలో దేవుడు జరగబోయే సంఘటనలను సవివరంగా చెప్పగల వరాన్ని ఆమెకు ఇస్తాడు. కానుకకు కొనసాగింపుగా ఆమెతో సంగమాన్ని కోరతాడు. కెసెండ్రా అంగీకరించదు. అపోలో కుపితుడవుతాడు. ఆమె చెప్పే భవిష్యవాణిని ఎవ్వరూ నమ్మకుందురు గాక అని శపిస్తాడు.

ఆధునిక కెసెండ్రాలు నీటి విషయంలో భవిష్యవాణిని చెబుతూనే ఉంటారు. ఎవరు నమ్ముతారు? వచ్చే ఐదేళ్లలో మంచినీటికి విపరీత కరువు వస్తుందని 2050 నాటికి శాశ్వత కరువు ఏర్పడుతుందని కెసెండ్రాలు సెలవిస్తున్నారు. భవిష్యత్ యుద్ధాలు చమురు కోసం కాదు నీటి కోసమే జరుగుతాయి అనే జోశ్యాన్ని నమ్మాల్సి వస్తోంది. కడవ నీటికోసం పల్లెతల్లులు పదిమైళ్లు నడవడం కంటిముందు కన్పిస్తోన్న వాస్తవమే కదా! నదీప్రవాహాలను పంచుకుంటోన్న కర్నాటక-తమిళనాడు మధ్య అంతర్యుద్ధం ఏర్పడ్డ పరిస్థితులను చూశాం కదా! తెలుగు రాష్ట్రాల్లోనూ సెగలు-పొగలు కన్పిస్తున్నాయి. పోలీసులు, పోలీసులపై లాఠీచార్జ్ చేసిన వైనానికి కారణం ఇరు రాష్ట్రాల నీటి అవసరాలే కదా!

ఆ దండ కట్టలేం!

'చెంగ' అనే పంజాబీ పదానికి మంచి, చక్కని, అందమైన లాంటి అర్థాలున్నాయి. చెన్న అనే తెలుగుపేరు గుర్తొస్తుంది కదా! భారతదేశానికి నదులతో ఒక చెంగల్వ దండ వేద్దామనుకున్నారు దివంగత ఇంజనీర్ కె.ఎల్.రావు. ఆయన నెహ్రూ క్యాబినెట్‌లో ఇరిగేషన్ మినిస్టర్‌గా పనిచేశారు. మన దేశంలో కొన్ని ప్రాంతాలు నీటి చుక్కకు తపిస్తోంటే కొన్ని ప్రాంతాలు వరదల్లో మునిగిపోవడం గురించి రావుగారి ఇంజనీరింగ్ హృదయం కలత చెందింది! ఈ దుస్థితి తొలగాలంటే ఏమి చెయ్యాలి? నదులన్నిటినీ కాల్వల ద్వారా అనుసంధానం చేస్తూ 'గార్లెండ్ ప్రాజెక్ట్'ను సూచించారు.

నాలుగు దశాబ్దాల క్రితపు ఖరీదైన ఆ కల ఇప్పటికీ ఆచరణలోకి అడుగువేయలేదు. ఒక వేళ అమలు చేయాలనుకుంటే గార్లెండ్ ప్రాజెక్ట్‌కు ఎంత ఖర్చవుతుంది? పదేళ్ల క్రితం అంచనా ప్రకారం 5,60,000 కోట్ల రూపాయలు! ఆర్థిక కారణాలొక్కటే ఈ ప్రాజెక్ట్ అమలుకు అడ్డంకి కాదు. రాష్ట్రాల భిన్న ధోరణులు కూడా! 'నా జీవిత కాలంలో ఈ ప్రాజెక్ట్ శ్రీకారం చుట్టదు' అని ప్లానింగ్ కమిషన్ సభ్యులొకరు ఇటీవల నిర్వేదం చెందారు. అతడు నిరాశావాది అందామా?!

మనం చెరిపిన చెరువులెన్నో!!

హైద్రాబాద్ అర్బన్ డవలెప్‌మెంట్ అథారిటీ నగరంలోని జలాశయాలపై 2003 జూన్‌లో ఒక సదస్సును ఏర్పాటు చేసింది. నగరం ఎదుర్కొంటోన్న నీటి సమస్యలకు కారణం జలాశయాలను నిర్వహించడంలో వైఫల్యమేనని సమావేశంలో నిపుణులు అభిప్రాయపడ్డారు. ఇండియాలో, ఇతర వర్ధమాన దేశాల్లో నీటి నిర్వహణలో విచిత్ర స్థితి ఉంది. ఎప్పటికప్పుడు చేయాల్సిన రొటీన్ పనులను పెండింగ్ పెడతారు. మరోవైపు నీటి కోసం కొత్తకొత్త పథకాలను భారీ బడ్జెట్‌లతో ప్రవేశపెడతారు. ఫలితంగా నీటి నిల్వసామర్థ్యాలు క్షీణింపజేయడంలో అభివృద్ధిని సాధిస్తున్నాం! విద్యుత్ ప్రాజెక్టులనే చూడండి. ఉత్పత్తి చేసిన విద్యుత్‌ను సరఫరా చేయడంలో ప్రతిబంధకాలను తొలగించేందుకు చేసే ప్రయత్నం కంటే కొత్తవాటిని నిర్మించడం లేదా అప్‌గ్రేడ్ చేయడంపై దృష్టి పెడతాం. నీటి విషయంలోనూ ఇదే జరుగుతోంది. ఏ పూటకాపూట చేయాల్సిన పనులను పక్కన పెడతాం. వేళ్లపై లెక్కించదగ్గ మంచినీటి వనరులలో చెత్తాచెదారం, ప్లాస్టిక్, రసాయనాలు చేరకుండా పర్యవేక్షించే సిబ్బందిని మాత్రం నియమించం. చెరువులు అంగుళం అంగుళం అదృశ్యమవుతుంటే కళ్లు తెరవం! మన నిర్లక్ష్యం ఒక ముప్పుగా మారే వరకూ అటువైపు చూడం. ఒక్కసారి 'విపత్తు' రూపం తీసుకుందా? 'ఎమర్జెన్సీ'ని ఎదుర్కొనేందుకు ఉరుకులు పరుగులు పెడతామ్! ఎందుకిలా? రోజువారీ పని చేయడంలో గుర్తింపేముంది?

సంక్షోభాన్ని నివారించిన వారే కదా హీరోలు! సంక్షోభాన్ని పరిష్కరించిన ఈ 'హీరో'నే ఏరోజు చేయాల్సిన పనిని ఆరోజు చేయకుండా అలసత్వం చూపి సంక్షోభానికి కారకుడయ్యాడు అనే ఎరుక ప్రజలకు ఉండదు కదా! కాబట్టి ప్రతి సహజక్రియనూ అత్యవసర పరిస్థితికి చేర్చడం ఓట్ల రాజకీయాల్లో ఓ కళగా వృద్ధి చెందుతోంది!

ఈనాటి ఉద్యానవనమూ...

నింగిలోని మబ్బులను తారకలను ప్రతిఫలించే స్వచ్ఛమైన జలాశయాలు ఎలా కనుమరుగవుతున్నాయో ఒక ఉదాహరణ. బంజారాహిల్స్‌లోని వెంగళరావు పార్క్‌ను అట్టహాసంగా ఆ మధ్య ప్రారంభించారు కదా. ఆ పార్క్ గురించి వాస్తవాలు కనుమరుగయ్యాయి. ఒక చనిపోయిన చెరువుపై ఆ పార్క్‌కు పురుడు పోశారు. కళకళలాడే చెరువును భూ కబ్జాదారులు ఆక్రమించుకుని క్రమంగా చెరువనేది లేకుండా చేసి పార్కును నిర్మించారు. మాసాబ్ ట్యాంకు అలానే అంతరించిపోయింది. ఇప్పుడు పేరుకు మాత్రమే మిగిలింది!

తలక్రిందుల ప్రాధాన్యతలు!

ఈ వర్క్‌షాప్‌లో పాల్గొన్న ప్లానింగ్ కమిషన్ సభ్యుడు సోమ్‌పాల్ వివరణ వినండి. పదవ పంచవర్ష ప్రణాళికలో 98,900 కోట్ల రూపాయలు

టెలికమ్యూనికేషన్స్‌కు కేటాయించారు. నీటి పారుదలకు 3,300 కోట్ల రూపాయలు మాత్రం కేటాయించారు. 9వ ప్రణాళికలో టెలికమ్యూనికేషన్స్‌కు 92,600 కోట్లు, నీటి వనరులకు 1955 కోట్లు కేటాయించారు. దప్పికతో అంగలార్చుకుంటోన్న ప్రజలకు కమ్యూనికేషన్ సౌకర్యాలు ఏర్పరచడం ముఖ్య అవసరంగా భావిస్తున్నాం అన్నమాటే కదా! సిటీలో చెరువులను ప్రైవేటు రంగానికి అప్పజెప్పే ప్రతిపాదనా ఆ వర్క్‌షాప్‌లో ప్రస్తావనకు వచ్చింది. 'చెరువు' అంటే అందరిదీ అనే భావన ఏర్పడింది. అందరి మేలుకు ఎలా ఉపకరిస్తుందా అని కాకుండా గుడిసె వేసుకునేందుకు, ఆక్రమించి రియల్ ఎస్టేట్ వ్యాపారాలు చేసేందుకు తహతహలాడే స్వభావం కారణంగా చెరువులు అదృశ్యమైపోతున్నాయి. ఇప్పుడు కావాల్సింది ప్రైవేటైజేషన్ కాదు, స్థానిక ప్రజల భాగస్వామ్యంతో పటిష్టమైన ప్రభుత్వ నిర్వహణ!

చమురు యుద్ధాలు గతం!

గతంలో ప్రజలు అన్నం లేక కరువుతో చనిపోయారు. కరువు కాటకాలు నియంతృత్వ పాలనల్లో వస్తాయని ప్రజాస్వామ్య దేశాల్లో రావని నోబెల్ బహుమతి గ్రహీత అమర్త్యసేన్ తన పరిశీలనను వెల్లడించారు. ఆయన లాజిక్ ప్రకారం కనీస ప్రజాస్వామ్యం ఉన్న దేశాల్లో ఆహారలేమితో ప్రజలు చనిపోయే దుస్థితి వస్తే ప్రభుత్వాలకు అస్తిత్వ సమస్య ఏర్పడుతుంది. తమ మనుగడ కోసమైన డొక్కల కరువులు రాకుండా ప్రజాస్వామ్య ప్రభుత్వాలు కాపాడతాయి. బాగానే ఉంది. కాని ప్రజాస్వామ్య దేశాల్లో పొంచిఉన్న కరువు తిండికి సంబంధించినది కాదు. నీటికి సంబంధించినది. ప్రపంచంలో ఎత్తయిన హిమశిఖరం తలమానికంగా ఉన్న దేశంలో నీటికి కరువు రాబోతుంది. గొంతు తుడుపుకునేందుకు మంచినీళ్లకు దిక్కులేని దుస్థితి దాపురించనుంది. నీటి కరువుతో జనులు కనుమరుగవ్వనున్నారు. దురదృష్టం ఏమిటంటే అదెంతో దూరం లేదు! జలవనరులను కార్పొరేట్ ప్రపంచం దోచుకుంటున్న నేపథ్యంలో ఒక థగ్గు వర్ణించిన నిన్నటి జలసంపదను ప్రస్తావించుకుందాం.

ఒక థగ్గు కథ

గోల్కొండకు కొనసాగింపుగా 1591 తర్వాత హైదరాబాద్ నిర్మాణం జరిగింది. ఎందరో ప్రముఖులు నగరం గురించి ఎన్నో విశేషాలను నమోదు చేశారు. విదేశీయులూ స్వదేశీయులూ! వారిలో పర్షియా చరిత్రకారుడు ఫరిస్తా, ఫ్రాన్స్ దేశానికి చెందిన వజ్రాల వ్యాపారి టావెర్నియర్, తెవెనాట్ అనే భాషాశాస్త్రజ్ఞుడు, బెర్నర్ అనే వైద్యుడు, అబెక్యారీ అనే మత బోధకుడు ఉన్నారు. మనూచీ అనే ఇటాలియన్ వైద్యుడు, డచ్ ఈస్టిండియన్ కంపెనీకి

చెందిన షూరర్, మెత్తోల్డ్ (డచ్ కంపెనీలో ప్రత్యర్థి దేశానికి చెందిన ఇంగ్లిష్ వ్యక్తి) కూడా నగరాన్ని సందర్శించిన ప్రముఖులే! ఫరిస్తా గోల్కొండ గురించి బీజాపూర్‌లో కూర్చుని రాశాడు. అతడు తప్ప మిగిలిన అందరూ 17వ శతాబ్దంలో నగరాన్ని సందర్శించారు. మొదావె అనే ఫ్రెంచ్ ఆర్మీ ఆఫీసర్ 18వ శతాబ్దంలో భాగ్య నగరాన్ని సందర్శించారు.

నగరం గురించి రాసిన ప్రముఖుల జాబితాలో ఒక 'థగ్గు'

చేరాడు! ఇండియాలో 18-19 శతాబ్దాలలో థగ్గులు తమ ప్రభావాన్ని చూపారు. వీరిలో హిందువులు-ముస్లింలు ఉండేవారు. కాళికాదేవిని కొలిచేవారు. మణికట్టుకు పసుపురంగు రుమాల్‌ను కట్టుకునేవారు. రుమాల్‌కు ఒకవైపు నాణెం ముడి వేస్తారు. తాము లక్ష్యంగా చేసుకున్న వారిని, అదను చూసి ఆ వస్త్రంతో చంపేసేవారు. చుక్క నెత్తురు చిందదు! 'కాళికాదేవి రాక్షసులతో యుద్ధం చేస్తున్నప్పుడు నేలపై పడ్డ ప్రతి నెత్తురు చుక్కా మరో రాక్షసునిగా మారిందిట. ఆ సందర్భంలో దేవి సృజించిన ఇద్దరు వ్యక్తులు, దస్తీలతో ఒక్క నెత్తుటి బొట్టు కిందపడకుండా చూశారు. దేవతకు విజయం చేకూర్చారు. వారి వారసులే తామని' థగ్గుల నమ్మకం!

ఏడు 'సెంచరీలు' దాటాడు!

అమానుష కాండలకు పాల్పడుతున్న థగ్గులపై బ్రిటిష్ ఇండియా గవర్నర్ జనరల్ (1828-35) లార్డ్ విలియం బెంటింగ్ వేటు వేశాడు. వారి తంతును నిషేధించాడు. స్లీమన్ అనే బ్రిటిష్ పోలీస్ అధికారికి థగ్గుల నిర్మూలనా బాధ్యతలు అప్పగించాడు. మూర్‌హౌస్ జాఫ్రే నివేదిక ప్రకారం ఐదేళ్ళలో 3,000 మంది థగ్గులు శిక్షకు గురయ్యారు. అమీర్ అలీ అనే థగ్గు కూడా శిక్షకు గురైనవాడే! మధ్యప్రదేశ్, మహారాష్ట్ర ప్రాంతాల్లో చెలరేగిన ఒకానొక థగ్గు బృందంలో అమీర్ అలీ సభ్యుడు. అతను

అప్రూవర్‌గా మారి ఉరిశిక్షను తప్పించుకున్నాడు. అప్పటికి అతడి వయసు సుమారు నలభై ఏళ్ళు. తాము పట్టుబడితే నేరం అంగీకరించడం కూడా కాళికాదేవి అభిమతమే అని భావించేవారు. అమీర్ అలీ 719 మందిని హత్యచేసి పన్నెండు నెలలు జైలులో ఉన్నాడు. ఈ కాలంలో చేయకలిగిన హత్యలను కూడా లెక్కవేసుకుంటే, ఈ హత్యల సంఖ్య వేయికి చేరేదన్నాడు. హైద్రాబాద్‌లో అసిస్టెంట్ రెసిడెంట్‌గా పనిచేసిన మెదొస్ టేలర్ 'అమీర్ అలీ కన్ఫెషన్స్' అనే పేరుతో పుస్తకం రాశారు. ఆ పుస్తకం 1839లో తొలిసారి ఇంగ్లండ్‌లో ప్రచురితమైంది. ఆ రచనలో కొంత నాటకీయత ఉందని విమర్శకులంటారు. నగర చరిత్రకు సంబంధించిన ఆసక్తికర అంశాలు లేవని ఎవరైనా అంటారా!

అమీర్ అలీ కలవారి కుటుంబంలో పుట్టాడు. థగ్గులు అతని తల్లితండ్రులను హత్యచేశారు. థగ్గు నాయకుడు ఇస్మాయిల్. అతనికి పిల్లలు లేరు. అయిదేళ్ల అమీర్ అలీని చంపేందుకు చేతులు రాలేదు. తానే అనాథను చేసిన అమీర్ అలీని దత్తుతీసుకున్నడు. బాలుడు నూనూగు మీసాలు వచ్చేసరికే థగ్గు ముఠాలకు నాయకత్వం వహించేలా 'ఎదిగాడు'!

మూడవ నిజాం హైద్రాబాద్‌ను పరిపాలిస్తోన్న కాలంలో (1803-29) తన తొలి దాడికి హైద్రాబాద్‌ను ఎంపిక చేసుకున్నాడు అమీర్ అలీ. హైద్రాబాద్ వచ్చే క్రమంలో అదిలాబాద్ నవాబు ఆధీనంలో ఉన్న ఒక నర్తకిని రక్షించాడు. ఆ అమ్మాయి పేరు జోరా. వేశ్యామాత దగ్గర పెరిగింది! జోరాను బతికుండగా చూడలేనేమో అని 'మాత' ఆశలు వదులుకుంది. థగ్గు జోరాను ఆమె గూటికి మరలా చేర్చాడు. జోరాతో ఒక రాత్రి ఆనందాన్ని ప్రతిఫలంగా పొందాడు. జోరాను వేశ్యామాత వృత్తికి పునరంకితం చేసింది.

మేనును తాకిన వజ్రాలు!

అల్వాల్ మీదుగా హైద్రాబాద్ వచ్చిన అమీర్ అలీ అల్వాల్ గుడినీ (ఆళ్వారుల పేరుతో నిర్మితమైన శ్రీవేంకటేశ్వరస్వామి గుడి), ఆ ఊరి చెరువుని వివరిస్తాడు. దూరం నుంచి హుసేన్‌సాగర్ జలాశయాన్ని బ్రిటిష్ సైన్యపు మిలమిలా మెరిసే విడిది నివాసాలను చూస్తాడు. అప్పటి హుసేన్

సాగర్ గురించి అమీర్ అలీ వర్ణన చూడండి...

'వేల అలలు పడిలేస్తున్నాయి. సవ్వడి చేస్తున్నాయి. తెల్లని నురుగు గల అలల అంచులు తీరంలో మలచిన తీరైన రాతి కట్టడిని తాకుతూ విరిగిపోతున్నాయి. వజ్రాల్లా మారుతున్నాయి. మెత్తగా, చల్లగా, హాయిగా మేనును తాకుతున్నాయి. ఆ జలరాశిని చూస్తూ హుసేన్ సాగర్ ఒడ్డున ఎంతసేపు గడిపామో తెలీదు. ఇంతటి జలసంపదను, సౌందర్యాన్ని మా థగ్గీలు ఎప్పుడూ చూడలేదు. ముంగిట నుంచి నింగిని తాకే నీటిని చూసి, మధ్యభారతంలో కథలుకథలుగా విన్న సముద్రమంటే ఇదేనేమో! అనుకున్నాం!'

ఆ తర్వాత అమీర్ అలీ నౌబత్‌పహాడ్‌ను చూశాడు. తన గుర్రాన్ని ఝుళిపించి కొండను ఎక్కాడు. నగరం చూపుల దాపుల్లో ఎలా ఉందో చూద్దామని! కొండ కింద కనిపించే హైద్రాబాద్ అమీర్ అలీని ఉవ్విళ్లూరించింది. 'ఎన్నెన్ని వైభవాలున్నవో ఈ నగరంలో. ఉత్తరాది నుంచి వచ్చిన తర్వాత దక్కన్ పీఠభూమిలో ఇంతగా మిరుమిట్లు గొలిపిన జనావాసం చూడలేదు!' అనుకున్నాడు.

విషాదాంత దాంపత్యం!

చార్మినార్ కేంద్రంగా నూతన నగరం ఏర్పడిన తరువాత నగరం గురించి చెప్పిన వారిలో అమీర్‌అలీ మూడవ తరానికి చెందినవాడు. ఈ థగ్గు ప్రత్యేకత ఏమిటి? ముందు తరాలు చెప్పిన 'ఉద్యానవన నగరి'

వైనాలు నిజమేనని ధ్రువీకరించుకున్నాం. వారెవరికీ లేని 'రోమాంచిత సాహసాలు' ఇతడికే ప్రత్యేకం!

అమీర్ అలీ అనే థగ్గు మాత్రమే బంజారాహిల్స్‌ను తొలిసారి వర్ణించాడు. "కుడివైపున కఠిన శిలల గుట్టలు. ఎడమవైపు మైదాన ప్రాంతం. చూపు ఆనినంత మేరకు మైదానం విశాలంగా ఉంది. అంచు ఆకాశంలో కలుస్తోంది. మధ్యలో చిన్ని లోయ. అక్కడో నది (మూసి). తీరం వెంబడి అడవి అనిపించే వృక్షాలు. మధ్యలో సూర్యకాంతిలో తెల్లటి నివాసాలు థగథగామెరుస్తున్నాయి. వీటన్నిటి మధ్య అన్నిటికంటే ఎత్తులో చార్మినార్, పక్కనే మక్కామసీదు శిరసెత్తుకుని నిల్చున్నాయి. నూరు చిన్నచిన్న మసీదులు తెల్లరంగులో కనిపిస్తున్నాయి. దూరం నుంచి నగరం చొరబడలేని అడవిగా తోచింది. దగ్గరకు చేరినకొద్దీ తోటలు, వీధులు, నివాసాలు అన్నీ తీర్చిదిద్దినట్లు కనిపిస్తున్నాయి. దూరం నుంచి చూస్తే ఇక్కడ నరమానవులున్నారా? అన్పించింది. నగరంలోకి ప్రవేశిస్తే తెలిసింది, ఇది చిక్కని జనసముద్రం! చార్‌మినార్‌ల మొనలు మేఘాలను చీల్చుకుని ఆకాశాన్ని అందుకుంటున్నాయి. ఈ ఒక్క దర్శనం చాలు ఢిల్లీ నుంచి వచ్చిన ఫలితం దక్కింది"

'బందీ'ని విడిపించాడు!

కుతుబ్‌షాహీ సమాధులను తొలిసారి వర్ణించిన క్రెడిట్ కూడా అమీర్ అలీదే! ఇక్కడకు రావడంలో 'అందం' ఉంది.'ప్రతాపం' ఉంది. అమీర్ అలీ గుర్రంపై అటుగా వెళ్తున్నాడు. అజీమా అనే అందమైన యువతి బాల్కనీలో విశ్రాంతిగా కన్పించింది. ఓ ముసలి, వ్యసనపరుడు ఆమెను ఇంటిబందీని చేశాడు! అమీర్ అలీ అజీమా చూపులు కలిశాయి. సహాయకురాలిని అమీర్‌అలీ దగ్గరకు పంపింది, విముక్తం చేయాలని కోరుతూ! కథను క్లుప్తం చేస్తే, వాళ్లు లేచిపోదామనుకుంటారు. మరుసటిరోజు ఉదయం కుతుబ్‌షాహీ సమాధుల దగ్గరలోని షావలీ దర్గా దగ్గర కలుసుకోవాలి అనుకుంటారు. అనుకున్న వేళకు అమీర్ అలీ వచ్చేస్తాడు. అజీమాకు ఆలస్యం అవుతుంది. దిక్కులు చూస్తోన్న అమీర్‌అలీకి దర్గా కుడివైపు కుతుబ్‌షాహీ సమాధులు కనిపించాయి. కొంచెం దూరం

నుంచి వాటిని చూస్తూ అమీర్ అలీ ఇలా అంటాడు 'కుతుబ్‌షాహీలు శాశ్వత నిద్రపోతున్నారు. అక్కడ అడవి పావురాళ్లూ, గబ్బిలాలు సవ్వడి చేస్తున్నాయి. ఆ ధ్వనిని పెద్దపెద్ద గుమ్మటాలు ప్రతిధ్వనిస్తున్నాయి. అక్కడి శబ్దమూ, నిశ్శబ్దమూ, వెలుతురూ, చీకటి చిత్రమైన భావాలను కలిగించాయి.'

'బంధం' తెంచుకుంది!

కొంచెం ఆలస్యంగానైనా అజీమా అనుకున్న చోటికి వచ్చింది. ఇద్దరూ పెండ్లి చేసుకున్నారు. పిల్లవాడిని కన్నారు. చాలా సుఖంగా జీవించారు. పదేళ్లు రివ్వున గడచాయి. అమీర్ అలీ పట్టుబడ్డాడు! జైలు పాలయ్యాడు! అప్రూవర్‌గా మారాడు. తన చరిత్రను తానే లోకానికి చెప్పాడు. అజీమా దిగ్భ్రాంతి చెందింది. తనను రక్షించిన కథానాయకుడు, తన బిడ్డకు తండ్రి థగ్గు అని నమ్మలేక పోయింది. చుక్కనెత్తురు చిందకుండా వందలమందిని హత్యచేశాడని ఆమె కలలో కూడా ఊహించలేదు. ఆత్మహత్య చేసుకుంది!

డబ్బుదారుల్లో చోద్యాలు

ధనం అన్ని అనర్ధాలకు మూలం అంటారు కొందరు. డబ్బంటే సుఖం. డబ్బంటే అధికారం. డబ్బంటే మనమాటను అందరూ వినడం అనుకుంటారు అధికులు. కాబట్టే కదా చరిత్రనిండా ఇన్ని రక్తపాతాలూ–కన్నీళ్లు! దీన్నెవడు కనిపెట్టాడో కాని, లోకంలో డబ్బనేది లేకపోతే చీకూ చింతా ఉండదు కదా! అని వాపోతారు మరి కొందరు. ఊహల్లోంచి బయటకు వస్తే డబ్బు ఆక్సిజన్. డబ్బు కావాలి! ఎంత? 'చాలు చాలు' అనేంత! కలవారు డబ్బు వ్యర్ధం అనుకుంటారు. లేనివారు వెంపర్లాడతారు. డబ్బొద్దు అనుకున్నా డబ్బుండాలి కదా!

డబ్బు చేసుకోవడానికి మంచి సలహాలు ఎవరిస్తారు? సంపాదన చేతకాని వాళ్లు మాత్రమే! సాంప్రదాయక విజ్ఞానం మనిషి ముందు మూడు దారులు పరచింది. బెగ్ - బారో - స్టీల్! అడుక్కో - అప్పుచేయి - లాక్కో! కొందరు అడుక్కునేవారిని మనం గుర్తించలేం. వారు మనోవిజ్ఞానంలో మాస్టర్స్. ట్రాఫిక్ సిగ్నల్స్ కూడలిలో ఎర్రలైటు పడగానే ప్రత్యక్షమవుతారు. వారి వల విడిపించుకోలేనిది. డబ్బివ్వకపోతే అపరాధ భావనకు గురవుతాము. ప్రార్ధనాస్థలాల్లో భగవంతుడేమో కాని అడుక్కునేవారు తప్పనిసరిగా ప్రత్యక్షమవుతారు. 'దైవాన్ని రహస్యంగా అడుక్కున్నదాంట్లో కొంచెమేగా మేము ఆశిస్తున్నది, మాకు చిల్లర విదిలించకపోతే మీకు టోకు లభిస్తుందా?' అన్నట్లుగా కళ్లల్లోకి సూటిగా

చూస్తారు. రెస్టారెంట్‌లో బిల్లు చెల్లించిన తర్వాత మీ స్థాయిని అంచనావేస్తారు కొందరు బేరర్స్. మీరు అతిథి కావచ్చు, ఆతిథ్యం ఇచ్చిన వారు కావచ్చు, ఆత్మశోధనకు గురిచేస్తారు. తగిన మొత్తం ఘరానాగా చదివించి, ఒక తలపంకింపును స్వీకరిస్తేగానీ మీ మనస్సు తేలికపడదు.

దొంగిలించడం అనే కళలోనూ రిస్క్ ఉంది. మీరు ఉద్యోగులా? అయితే పెట్టిన ఖర్చుకంటె అదనంగా చట్ట ప్రకారం దొంగిలించవచ్చు. టీఏ డీఏలను అదనంగా చూపవచ్చు. రాని వ్యక్తులను అతిథులుగా, తినని పదార్థాలను, ద్రవాలను సేవించినట్లు రికార్డులను చూపవచ్చు! అప్పు చేయడం ద్వారానూ కొందరు డబ్బు సంపాదిస్తారు. కుటుంబసభ్యుల్లో ఎవరి అంత్యక్రియలకో వెళ్లాలనడం, అయినవారిని తక్షణం దవాఖానాలో చేర్పించాలనే నెపం అభినయించి, అప్పిచ్చేవారిలో మానవత్వాన్ని తట్టిలేపాలి. తిరిగి చెల్లించకపోయినా ఫర్వాలేదనుకునే ఎమౌంట్‌కు ఎర్త్ పెట్టాలి. జ్ఞాపకశక్తి లోపించిన వారిదగ్గర, అడిగేందుకు మొహమాటపడే వారిదగ్గర అప్పుచేయడం శ్రేయస్కరం. దురదృష్టం ఏమంటే అంతంతమాత్రం జ్ఞాపకశక్తి ఉన్నవాళ్లు కూడా అప్పిచ్చిన వైనాల్లో చురుగ్గా ఉంటారు!

డబ్బు సంపాదనలో లంచం కూడా ఒక మార్గమే! ఇందుకు ఒక కొలువు తప్పనిసరి. కొలువు ఏదైనా లంచానికి కాదేదీ అనర్హం! లంచం తీసుకున్నందుకు చట్టం శిక్షించదు, తీసుకున్నట్లు పట్టుపడితేనే సుమా! లంచం ఆశించేవారు తెలివిగా ఉండాలి. మరీ దురాశకు పోకూడదు. ఈ ఆశలేనివాళ్లు ఏదైనా రాష్ట్రానికి పబ్లిక్‌సర్వీస్ కమిషన్ చైర్మన్‌గా వెళ్లవచ్చు.

స్టాక్ మార్కెట్‌లో బాండ్స్‌పైన పెట్టుబడి పెట్టడం డబ్బు సంపాదనలో మరోమార్గం. మనకున్న కాస్తాకూస్తా సొమ్మును స్టాక్ మార్కెట్‌లో పెట్టుబడి పెడతాం. ఆ క్షణం నుంచి మన పడకమీదక్కూడా వాటి హెచ్చుతగ్గులు దాడిచేస్తాయి. నిద్రకు దూరం చేస్తాయి. అందువల్ల పెట్టుబడి జాగ్రతగా పెట్టాలి. వీలైనంత తక్కువగా పెట్టాలి. స్టాక్ మార్కెట్ల వ్యవహారంలో ప్రవేశించడం కంటే వెనక్కి రావడం ముఖ్యం. అందుకు సరైన సమయం ఏది? రైట్ టైమ్ అనేది ఉండదు. రైట్ లక్ మాత్రమే ఉంటుంది. అది మన చేతుల్లో ఉంటుందా!

ఇటీవలి కాలంలో క్రీడలు కూడా మంచి వ్యాపారంగా మారిపోయాయి. తాము విశ్వశించిన క్రీడాకారులు ఆశ్చర్యకరమైన ఫలితాలను సాధిస్తారనే నమ్మకంతో కొందరు పందేలు కాస్తారు. క్రీడలంటే ఆడేందుకే కదా గెలిచేందుకు కాదు కదా అనుకునేవారు సత్తెకాలపు వాళ్లు. ఎప్పుడైతే ఇందులో డబ్బు ప్రవేశించిందో అప్పటి నుంచి ఆటలు గెలిచేందుకే. గెలవడం అంటే డబ్బు సంపాదించడమే! ఓడడమూ డబ్బు సంపాదించడమే! క్రీడాకారులు గెలిచేందుకు మాత్రమే కాదు. డబ్బు సంపాదించాలనే తమ 'నిబద్ధత' మేరకు ఓడేందుకు కూడా ఆడుతున్నారు అని అర్థం!

ఈ ఆటలో మీరు ఆడనక్కర్లేదు. ఆట రానక్కర్లేదు. ఆటగాళ్ల ద్వారా లాభం పొందడం తెలిస్తే చాలు. ఈ కళ క్రికెట్‌లో ఒక దశలో పరాకాష్టకు చేరింది. మిగిలిన క్రీడలూ క్రికెట్‌ను అనుసరిస్తాయేమో! క్రికెట్ అన్ని ఆటలను హరించి ఏకైక విశ్వరూపం చూపించడానికి కారణం అందులో విపరీతమైన డబ్బు ఉంది. ఆట సరిగ్గా ఆడకపోవడంలోనూ డబ్బు వచ్చే వీలు మరే ఆటలో ఉంది! క్రికెటర్లు సెల్‌ఫోన్లూ వాడకూడదు. టెక్నాలజీ

వలన ఎంత ఉపయోగమో అంత ఉపద్రవమూ!

మరో సులభమార్గం భర్త చనిపోయిన లేదా భార్య చనిపోయిన వారిని పెళ్లాడడం! సెకండ్‌హాండ్ వస్తువులు ఫస్ట్‌హేండ్ ధరకు అమ్ముడయ్యే ఫీల్డ్ ఇదొక్కటే! స్త్రీల విషయానికి వస్తే ధనికుడైన వ్యాపారవేత్తకు భాగస్వామి కావచ్చు. ఇందుకు అర్హత పుట్టుకతో వచ్చిన కాంక్షే! ఈ విద్య ఎవ్వరూ నేర్చుకోలేనిది, నేర్పలేనిది! అతడు ఆమె వెంటపడి అందుబాటులోకి వచ్చేవరకూ తాలిమి పాటించాలి. ఆ తర్వాత వలలోంచి పోలేనంతగా బంధించాలి. డబ్బుకు అమ్ముడు పోకుండా డబ్బును సంపాదించే ఖచ్చితమైన విధానాన్ని ఇంతవరకూ ఎవ్వరూ కనుక్కున్నట్లు లేదు. డబ్బు సుఖశాంతులను హామీగా ఇవ్వలేదు. కానీ, ఎన్నో ఇస్తుంది. మొత్తంమీద డబ్బునుంచి తప్పించుకోవడం ఎవరి తరమూ కాదు.

నా విషయానికి వస్తే నేను డబ్బును లక్ష్యపెట్టను, డబ్బు లేకుండా అవసరాలు తీరే వీలుంటే! అందువల్ల నేను సోఫియా టక్కర్ అభిప్రాయాన్ని గౌరవిస్తా. 'నేను రిచ్‌లైఫ్ గడిపాను. పూర్ లైఫూ గడిపాను. రిచ్‌లైఫ్ బెటర్!' డబ్బున్నంత మాత్రాన అంతా సజావుగా ఉంటుందా? మనం నివసించే చోటు మన జీవితాలను నిర్దేశిస్తుంది.

నగరం మరణిస్తుందా!

'జీవితాన్ని ఆనందపరచినంత వరకూ నగరాలు జీవించాలి. ఆ లక్షణం కోల్పోతే మరణించడం సహజమూ, హర్షణీయమూ' అంటాడు అరిస్టాటిల్. ఆయన ప్రామాణికత ప్రకారం జన్మించింది గోల్కొండ! గుండ్రని కొండ. కొండపై కోట. చుట్టూ నివాసాలు. 16వ శతాబ్దం నాటికి గోల్కొండ నగరం చిన్నదైంది. ఖిలా పక్కన మూసీకి దగ్గరగా కొత్త నగరాన్ని నిర్మించాలనుకున్నాడు, 5వ కుతుబ్‌షాహీ వంశస్తుడు మహమ్మద్ కులీ! ఫరిస్తా రాతల ప్రకారం కులీ స్వర్గంలాంటి నగరం నిర్మించాలని భావించాడు. ఇస్లామిక్ స్వర్గం తోటలతో నిండినది.

జాన్ పీపర్ అనే జర్మన్ ఆర్కిటెక్ట్, ఇస్లామిక్ హెవెన్ వంటి నమూనాను కులీకి చూపుతాడు! నిర్మించబోయే నగరం గురించి జాన్ పీపర్ వర్ణిస్తాడు. అరబిక్‌లో స్వర్గం అంటే జన్నత్. జన్నత్ అంటే ఉద్యానవనం! నగరానికి ఉద్యానవనం ప్రతీక! స్వర్గంలో తప్ప భూమిపై లభించని రెండు రకాల చెట్లకు ప్రత్యామ్నాయంగా కొబ్బరి–వక్క చెట్లు ప్రతిపాదించాడు! విశాలమైన ఉద్యానవనంలో నాలుగు రహదారులు. కేంద్రిక (నడిబొడ్డు)లో నాలుగు మినార్‌లు. చార్ మినార్ కేంద్రంలో ఫౌంటెన్! ఆ ఫౌంటెన్ ఇప్పుడూ అక్కడే ఉంది. ఫౌంటెన్ నుంచి నాలుగు ప్రవాహాలు. నీరు–పాలు–తేనె–వైన్! అఫ్‌కోర్స్ హేంగోవర్ కలిగించని వైన్! ఈ నమూనా క్రీ.శ. 1596లో అక్షరాలా నిజమైంది. ప్రపంచదేశాల పర్యాటకులు నగరాన్ని సందర్శించి అద్భుత నిర్మాణం అన్నారు. ప్రపంచ నగరాల్లో 'వధువు'గా అభివర్ణించారు! నగరనిర్మాత కులీ, తన ప్రేయసి పేరుతో నగరానికి భాగమతి పేరు పెట్టాడు. తర్వాత హైద్రాబాద్‌గా 'మార్పు' చెందింది!

హైద్రాబాద్‌లో నివాసప్రాంతాలకు 8 రెట్లు విస్తీర్ణంలో ఉద్యాన వనాలుండేవి. గోల్కొండ కోట సైనిక స్థావరంగా కొనసాగేది! ఔరంగజేబ్ గోల్కొండపై 1687లో దాడి చేశాడు. 8 నెలలు పోరాడాడు. లంచం ఇచ్చి ఖిల్లాలోకి ప్రవేశించాడు. అప్పటి నుంచి మొఘల్ సామ్రాజ్యంలో దక్కన్ భాగమైంది. జనాభా వలస పోయింది. కాంతి క్షీణించింది. 'రాజ్యం' హోదా కోల్పోయి, రాజధాని హోదా కోల్పోయి ఔరంగాబాద్ రాజధానిగా గల దేశంలో భాగమైంది! రెండవ నిజాం మొఘల్ సామ్రాజ్యపు ఔరంగాబాద్ గవర్నర్! ఆయన 1762లో దక్కన్ ప్రాంతపు రాజధానిగా హైద్రాబాద్‌ను మార్చారు. దాంతో హైద్రాబాద్ కొత్త చివుర్లు వేసింది!

నవ వధువు కన్నీరు మున్నీరైంది

నగరం 1908 సెప్టెంబర్ 28న అర్ధరాత్రి అకస్మాత్తుగా క్లౌడ్ ఎటాక్‌కు గురైంది! హైదరాబాద్ చరిత్రలో అదే దారుణమైన వరద. మూసీ మూడు గంటల్లో మూడు నిలువుల ఎత్తు పెరిగింది. పదిహేను వేలమంది ప్రజలు మరణించారు. మూడువేల ఇళ్లు కొట్టుకుపోయాయి. గంగమ్మ–భవానీ ఆగ్రహం ఫలితం ఈ వరద అని ఒక హిందూ పూజారి ఆరవ నిజాంతో

అన్నారు. నిజాం నది వద్దకు నడచి వెళ్లాడు, వెండి తాంబాళం నెత్తిన పెట్టుకుని, పూలు-కుంకుమ-చీరె తీసుకుని వెళ్లాడు. హారతి ఇచ్చాడు!

ప్రజల విశ్వాసాలను గౌరవించిన నిజాం భవిష్యత్‌లో వరద నష్టం సంభవించకుండా ఏమి చేయాలో యోచించాడు! ప్రముఖ ఇంజనీర్ మోక్షగుండం విశ్వేశ్వరయ్యను మైసూర్‌నుంచి పిలిచారు. ఆయన రూపొందించిన మాస్టర్ ప్లాన్ మేరకు మూసీపై డ్యాం, ఉస్మాన్‌సాగర్ - హిమాయత్‌నగర్ రిజర్వాయర్లు నిర్మించారు. సిటీ ఇంప్రూమెంట్ బోర్డ్ ఇండియాలో తొలిసారి ఏర్పడిన నగరం హైద్రాబాదే! హైకోర్ట్, స్టేట్ సెంట్రల్ లైబ్రరీ, ఉస్మానియా హాస్పటల్, జాగిర్దార్ కాలేజీ, ఆర్ట్స్ కాలేజీ బిల్డింగ్‌లను పాలకులు మంచి రోడ్లతో నిర్మించారు. నగరం నవవధువులా మారింది!

కాలచక్రం తిరుగుతోంది. ఏడవ నిజాం హయాంలో పోలీస్ ఏక్షన్ అనంతరం 1948 సెప్టెంబర్ 13న నగరం భారత ప్రభుత్వంలో భాగమైంది. ఈ క్రమంలో సైన్యం నిర్దాక్షిణ్యంగా రక్తపాతం సృష్టించింది అని కొందరు అభిప్రాయ పడతారు. అసలు రక్తపాతమే జరగలేదని మరికొందరు అంటారు. రెండూ అతిశయోక్తులే! హైదరాబాద్ స్టేట్, ఆంధ్రరాష్ట్రం కలిసి

ఆంధ్రప్రదేశ్‌గా ఏర్పడ్డాయి. ఉమ్మడి రాష్ట్రానికి1956 నవంబర్ 1 నుంచి నగరం రాజధాని అయ్యింది. పారిశ్రామికంగా అన్నివిధాల పెరిగింది. అప్పట్లో ఇళ్లకు అప్‌స్టయిర్స్, ఫస్ట్ సెకండ్ ఫ్లోర్లూ లేవు! రుతువులు చక్రంలోని సువ్వల్లా ఒక రుతువునుంచి మరోరుతువులోకి సున్నితంగా మారేవి. సాయంత్రపు సమాగాలు, ముషాయిరాలూ!

విషవాయువులు!

గల్ఫ్ దేశాలలో నూనెను కనుగొనడంతో హైద్రాబాదీయులకు ఉద్యోగ అవకాశాలు పెరిగాయి. అంకుల్‌శామ్ అతని కజిన్స్ నూనె తోడించుకొని ఇచ్చే డాలర్లకోసం ప్రతి కుటుంబమూ ఎవరో ఒకరిని గల్ఫ్‌కు పంపింది. ఈ దశ తర్వాత గ్లోబలైజేషన్‌–లిబరలైజేషన్‌లు నగరంపై ప్రభావం చూపిస్తున్నాయి. లోకంలో ఉత్పత్తి అయ్యే అన్నీ దొరుకుతున్నాయి. బైక్‌లు, కార్లు, మాల్స్, అపార్ట్‌మెంటులు పెరిగాయి. ప్రతినెలా నాలుగువేల కొత్తకార్లు రోడ్లపై విషవాయువులను ప్రసరిస్తున్నాయి. విద్యుత్ అవసరాలు పెరుగుతూ కోతలు వచ్చాయి. ఎలక్ట్రానిక్స్ విపరీతం. అవసరమైన దానికంటే అదనం.

నగరం మన జీవితాన్ని బాగుపరచే లక్షణాన్ని కోల్పోయింది. నగరాలు మనుషుల్లాంటివే. పుడతాయి. పెరుగుతాయి. క్షీణించి చనిపోతాయి. నగరాలు ఎందువల్ల మరణిస్తాయి? కొన్ని భగవద్ నిర్ణయం వలన, మరికొన్ని మనిషి స్వయంకృతాల వల్ల! కొండవీడు, హంపీ – విజయనగరం తదితర నగరాలు స్వయంకృత మరణాలకు ఉదాహరణలు.

అరిస్టాటిల్ ప్రమాణాల ప్రకారం వర్తమాన దశ హైద్రాబాద్ నగరపు శవయాత్ర! ఫ్యునరల్ మార్చ్! నా భావన తప్పుకావాలి! వాసయోగ్యంగా నగరం పునరుజ్జీవనం పొందాలి!

6

“

మొఘలుల తొలి రాజధాని ఆగ్రా. మలి రాజధాని లాహోర్. చివరి రాజధాని ఢిల్లీ. వీటన్నిటికంటె గోల్కొండ (హైద్రాబాద్) సుందరమైనదని ఆయాకాలాల పర్యాటకులు అభివర్ణించారు. హైద్రాబాద్ మినీ ఇండియాను తలపిస్తుంది. వివిధ మతాలకు చెందినవారు, ప్రాంతాలకు చెందిన వారు, వివిధ భాషలు మాట్లాడేవారు ఇక్కడ నివసిస్తున్నారు. ప్రపంచంలో ఎన్నో నగరాలను సందర్శించాను. ఇతర నగరాలను చూసిన కొద్దీ జంటనగరాలపై (హైద్రాబాద్ - సికింద్రాబాద్) నా మక్కువ పెరుగుతోంది.

ఇవి ప్లాన్డ్ సిటీలు. కాని, నియమనిబంధనలను అమలు చేయడంలో అధికారులు ఉదారంగా వ్యవహరిస్తున్నారు. ఈ ఉదారత నగరంలో శబ్ద-వాయు కాలుష్యాలను పెంచుతోంది. 1+1 నిర్మాణాలకే అనుమతి ఉన్న చోట 1+8 అని రిలాక్సేషన్ ఇస్తే పౌరులు తమ ఇండ్లల్లో రిలాక్స్ పొందడం సాధ్యమా? మంత్రులు, అధికారుల వాహనాలకు బిగిస్తోన్న కార్లు భయంకరమైన శబ్దాలు చేస్తున్నాయి. అన్ని రంగాలకు చెందిన వి.ఐ.పిలు వాహన సంస్కృతిని (కల్చర్ ఆఫ్ కార్) నేర్చుకుంటే, ఆ మేరకు నగర వాసులకు మేలు చేసినట్లే!

”